సమాంతర వాక్యం

కవిత్వం

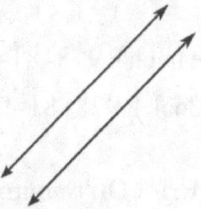

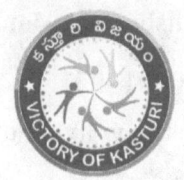

కస్తూరి విజయం
VICTORY OF KASTURI

కవితశ్రీ

ALL RIGHTS RESERVED

in any form by any means may it be electronically, mechanical, optical, chemical, manual, photo copying, recording without prior written consent to the Publisher/ Author.

సమాంతర వాక్యం
(SAMANTARA VAKYAM)

Author: Dr. D. Srinivasulu $_{M.A.,PhD}$

ISBN (Paperback): 978-81-962291-3-9
ISBN (E-Book): 978-81-962291-1-5

Print On Demand
Copy Right: Dr. D. Srinivasulu $_{M.A.,PhD}$
Published by: Kasturi Vijayam
Published on : Mar2023

Ph:0091-9515054998
Email: Kasturivijayam@gmail.com

Book Available
@
Amazon, flipkart, Google Play, ebooks, Rakuten and KOBO

ఈ పుస్తకం...

ఎంపిలి సెట్ల నడిమజ్య
తొల్సెట్టే కట్టు
యా నీడా లేని ఎడారిలో
అందెం సెట్టు మాదిరి
నిలిపి
ఇంగేం పర్వాలేదని
గుండికాయి బండరాయిజేసుకోని
నన్ను వదిలి ఎల్లిపోయిన
ఒట్టి మట్టిమనిషి,
మ్యానిఫెస్టో రాస్కోని మార్క్స
మా నాయన దేరంగుల రామచంద్రకు,
ఎర్రిబాగులతల్లి
కొదమసిమ్మం
మా పల్లె పెత్తందారీ రాజ్యంలో
రాలిపోయిన
ఆఖరి ధిక్కారస్వరం
మా అమ్మ దేరంగుల ఉత్తమ్మకు
ఎంతో అప్యాయంతో...

– మీ బిడ్డ

శీనప్ప; శీనబాసులు.

మాట

ఇది
బతుకుసేద్యం
ఇక్కడ
నేను
జీవనం హలం
పట్టి
దున్నుకుపోతున్నప్పుడు
అడ్డుపడ్డ
రాయిరప్పలూ
గుచ్చుకున్న ముండ్లూ
చూసి
ఉక్రోషం
ఉప్పొంగినప్పుడల్లా
నేను పడ్డ
నా సంవేదనల సారం
నా ఘర్మజలం
ఇలా
చెమరించి
నా
సారాంశమై
ఈ
కవనక్షేత్రమంతా
ఇలా
పారి తడిపేసింది

– కవితశ్రీ

నేపథ్యం

లింగ వచన కాల ప్రత్యయాల నిసర్గమైన అంటువ్యాధి ఈ వాక్యాలకు సోకదు. ఇది ముందస్తు ప్రమేయం. ఒక భౌతికవాది, శాస్త్రవాది, హేతువాది, ప్రగతిశీలవాది, ప్రజాతంత్రవాది అయిన కవి, రచయిత, విమర్శకుడు గాలికి కొట్టుకుపోడానికైతే ఎలాంటి రాతలూ రాయడు. తాను రాతగాణ్ణని అనిపించుకోడానికి, అవార్డులు రివార్డులు కొట్టేయడానికి, శాలువాలు కప్పించుకోడానికి, బిరుదులు తగిలించుకోడానికి, గండపెండేరాలు తొడిగించుకోడానికి అయితే అస్సలు రాయడు. రాస్తే జనం కోసమే రాస్తాడు. పీడితుల పక్షాన్నే నిలుస్తాడు. ఎంత విషమపరిస్థితులు ఉన్నా సత్యాన్నే ప్రకటిస్తాడు. దూరదూరంగా ఉన్నప్పుడు జూలు విదిల్చి సింహగర్జన చెయ్యడం, దగ్గరపడగానే కుయ్యికుయ్యిమని తోకముడవడం అతనికి చేతగాదు. తనది ధర్మాగ్రహం. అందువల్ల తాను రాసిన దానికి కట్టుబడతాడు. తాను రాసింది తన అనుభవం అనీ, జీవితం పట్ల తన అవగాహన అనీ, సమాజం పట్ల తన దృష్టి దృక్పథం అనీ, అదంతా తన సారాంశం అనీ స్పష్టంగా ఉంటాడు. తన రచనని చదివింది ఒక సామాన్యుడు కానివ్వండి, ఒక నిపుణుడు కానివ్వండి, ఒక మేధావి కానివ్వండి తన రచన అతనికి ఎలా అర్థమైందో దానికీ, ఎలాంటి స్పందన కలిగించిందో దానికీ, ఎలాంటి చైతన్యం కలిగించిందో దానికీ లేదా ఎలాంటి స్తబ్ధతని ఆవరింపజేసిందో దానికీ అతనిలో కలిగే సమస్త ప్రకంపనలకూ బాధ్యత వహిస్తాడు. అసలు అలాంటి స్పందనలూ ప్రకంపనలూ సమాజంలో కలిగించాలనే ఆశయంతోనే తను రచనలు చేస్తాడు. అలాంటి వాళ్ళలో నేనూ ఒకడినని నా నమ్మకం. అందువల్ల ఈ పుస్తకంలోని పద్యాల్లో నేను చేసింది ఈ సమాజం నాలో కలిగించిన ఉద్వేగాలను రూపుకట్టించే సిద్ధాంత పరమైన రచనావ్యాసంగం. అది కవిత్వం అవుతుందో కాదో రాస్తున్న క్రమంలో నేను ఆలోచించుకోలేదు. ఆ అవసరమూ రాలేదు. అందువల్ల వస్తువుని కవిత్వీకరిస్తేనే అది కళాత్మకం అవుతుందని తెలిసినా ఇదివరకూ నాది వస్తువుని స్పష్టం చెయ్యాలన్న తపనే కాని పనిగట్టుకుని కవిత్వీకరించాలన్న ఇది పడలేదు. ఇక్కడ పలానా టెక్నిక్ పాటించాలి అన్న ముందస్తు ప్రణాళికతో నేను రాయలేదు. చాలామంది కవులది కూడా ఇదే అవస్థ కావచ్చు.

నాకు అక్షర నేపథ్యం లేదు. సాహిత్య నేపథ్యం అసలే లేదు. ఎంత పల్లెటూరి బైతునంటే నా ఎనిమిదవ తరగతి వరకూ నేను మా మండల కేంద్రాన్నైనా చూళ్ళేదు. ఆపై కాకతాళీయంగా సాహిత్య విద్యార్థినైనా నేను చేసింది పొట్టకూటి సంపాదనకై బహుళైచ్ఛిక సమాధానాల భట్టీయపు సాధన మాత్రమే. నా విద్యార్థి దశలో నేను ఒక్క రచననీ చదివిన పాపాన పోలేదు. లేకలేక మహాప్రస్థానం చదివితే అస్సలర్థం కాలేదు. అప్పటికి ఆ సంస్కారం లేదు. విశ్వంభర చదివితే ఉన్నమతి పోయింది. ఐతే సహజ సామ్యవాదులైన నా తల్లిదండ్రుల రక్తం గుండా వచ్చిన వారసత్వం, నేను ఎదిగొచ్చిన నా నేపథ్యం నా లోలోపల ఏదో అశాంతి రేపి నన్ను గుక్కతిప్పుకోనీకుండా చేస్తున్నాయి. నన్ను నేను కనుక్కునేందుకు చేస్తున్న ఆ పోరాటపు తికమకలోనే చెమటోడ్చి ఉపాది పొంది, ఒకతోడు చూసుకుని, కడుపుతీపిలో నా వంతు పాత్ర నేను పోషించి, సంసారంలో కొంత తెరపినపడి తేరుకుని పుస్తకాల విశ్వం వైపు మనసు సారించి అక్షరాల స్వర్ణభూమిలో అడుగు పెట్టేసరికి మొక్క కాస్తా మానైపోయింది. అప్పటికే నేను ఏ జాతి పక్షినో నాకే తెలియకముందు, తను ఏ జాతి పక్షో గుట్టు చిక్కకుండానే కళాశాల్లో తన వ్యంగ్య బాణాలతో నా గుండెల్లో విభిన్న రుచులతో గుచ్చుకున్న వల్లంపాటి వేగుచుక్క అక్షర వినీలాకాశంలోంచి రాలిపోయింది. సాహిత్య పిపాసువుగా తన సాహచర్యం కొన్నాళ్ళైనా అబ్బి ఉంటే నేను ఇప్పటికే ఇంకా చాలా దూరం పయనించి ఉండేవాణ్ణి. ఇక ఇక్కడ మిగిలింది వట్టి చవటభూమి. ప్రగతిశీలవాదం, ప్రజాతంత్రం, సమరశీలత్వం లాంటి పదాల వాసన సైతం ఎరుగని నిరుపేద పర్యావరణం. అంత కాకున్నా ఇంచుమించు మనువాదం, మనువాదం కాకున్నా తనని మహానుభావుడని నెత్తినబెట్టుకొన్న నత్తగవ్వలు పారాడే మరుభూమి. పోగా ఇక్కడి ఎద్దడి ఎడారినేలలో అక్కడక్కడా ఉన్న కొన్ని ఒయాసిస్సుల చలవ వల్లనైతేనేమి, మిత్రుల సాంగత్యం వల్లనైతేనేమి, వివిధ రకాల సెమినార్ల వల్లనైతేనేమి, పత్రికలు పుస్తకాల పఠనం వల్లనైతేనేమి ఆ చాదస్తపు ఊబి నుండి ఎలాగో మరి బయటపడ్డాను. అప్పుడు నా కళ్ళు విచ్చుకున్నాయి. నాలో ఉన్న అశాంతి రంగూరుచీ ఏమిటో తెలిసొచ్చింది. నేను ఏ జాతి పక్షినో ఎరుకైంది. అప్పటి నుండి నాకు చరిత్ర అర్థం కావడం ప్రారంభమైంది. మన చరిత్రా సంస్కృతీ సాహిత్యాల్లోని కుట్రల్ని బయల్పరచలేక కుడుపులోని నొప్పిని పంటనొక్కి పట్టిన పదజలాల గుండెచప్పుళ్ళు వినబడ్డాయి. ఇది కప్ప – ఇది పాము. ఇది చేపపిల్ల – ఇది దొంగకొంగ. ఇది కోడిపిల్ల – ఇది ఈలగద్ద, ఇది కుందేటిపిల్ల – ఇది రాబందు, ఇది గొర్రెపిల్ల – ఇది కొండచిలువ, ఇది మేకపిల్ల – ఇది తోడేలు, ఇది జింకపిల్ల – ఇది పెద్దపులి, ఇది ఆవు

– ఇది గోమాయువు, ఇది ఏనుగు – ఇది సింహం అని స్పష్టంగా కనబడ్డం మొదలైంది. మిగిలిపోయిన సగం ఆకాశపు ఆర్తి వినబడింది. అట్టడుక్కి తొక్కివేయబడ్డ జలపాతపు హోరు వినబడింది. మనం ఏ పక్కన నిలబడాలో అర్థమైపోయింది. తరతరాల దోపిడీ తతంగం కళ్ళకుకడుతున్నది. దోపిడీకి బూచి దేవుడేనని తెలిసిపోయింది. ఇప్పటిదాకా ఉన్నవి ఇవి కళ్ళు కావనీ ఇకమీదటే ఇవి కళ్ళనీ, ఇప్పటి దాకా మనం విన్నది కడుపులో చల్ల కదలకుండా తేరకు నిండిపోతున్న పరాన్నభుక్కుల గావుకడుపుల న్యాయమనీ ఇక ఆరుగాలం కాయకష్టం చేసి కూడా మాడిపోతున్న ఆకలి కుడుపుల గోడు వినాలనీ, ఇప్పటిదాకా చూసింది ఇది ప్రపంచం కాదనీ ఇకమీదట చూసేదే అసలు ప్రపంచమనీ, ఆ మరో ప్రపంచపు ఘోష వినిపించాల్సిన అవసరం ఎంతైనా ఉన్నదని ఆకళింపుకొచ్చింది. దాని పర్యవసానంగా నేను పద్యాలు రాయడం కట్టిపెట్టి వచనపద్యాలు రాయడం మొదలుపెట్టాను. వాటిలో కొన్ని పత్రికాదరణ పొందాయి. మిగిలిన వాటినీ చేర్చగా రూపుదిద్దుకున్నదే ఈ 'సమాంతర వాక్యం'. ఇది చదివినవాళ్లకు ఒక సరికొత్త చూపునిస్తుందని నేను గట్టిగా నమ్ముతున్నాను.

– కవితశ్రీ

రుడం తీర్చలేక

లౌక్యం పోవుడీ తెలియని
నా సంసార సారథ్యం మోస్తూ
నా వెన్నంటి నిలిచి వెన్నుతట్టే
నా తోడునీడ – కవితకి,
నన్ను ఏ తిప్పలూ పెట్టకుండా
తిన్నగా నడుచుకునే
నా బిడ్డలు
దేరంగుల ప్రసన్న సాహితీ రాణి
దేరంగుల జయశివానీ రాజ్ లకి,
నా ప్రతి అక్షరాన్నీ పలకరించి
తల నిమిరి భుజం తట్టే
నేస్తం డా. కె. శ్రీనివాసులు రెడ్డికి,
రాయడం తప్ప
ప్రచురణ నైపుణ్యాల సరసమెరుగని
ఈ దానయ్యని చూసి
ఒరొరే అనుకుని
ముందుకొచ్చి సలహాలిచ్చి
నడిపించిన పుప్పాల శ్రీరాంకి,
సులభంగా పుస్తకాల్ని
పాఠకుల చేతిలో పెట్టాలని
పనిగట్టుకున్న
కస్తూరివిజయం సుధీర్ రెడ్డి గారికి
ఋణం తీర్చుకోలేక ఇలా వట్టి కృతజ్ఞతలు.

– కవితశ్రీ

సమాంతర రేఖలు

జీవితంతో పాటు సమాంతరంగా కవిత్వం నడుస్తూ ఉంటుంది. ప్రజాస్వామ్యంతో పాటు నియంతృత్వం సమాంతరంగా నడుస్తూ ఉంటుంది. ఎప్పుడో సమసిపోవలసిన వివక్ష, ఆర్థిక, సామాజిక అసమానతలు మనిషి పక్కగానే వస్తుంటాయి. సమానతల రూపంలో అవి అందని ఫలాలుగానే ఉంటాయి. సమస్యలూ అంతే మనిషి వెంటే వస్తుంటాయి. కవి కలం కూడా అంతే, కవితో పాటు ఎదుగుతూ పక్కనే నేనున్నా పదమంటూ మనసులోని ఆలోచనలకు ఓ రూపమై మనిషికి సాంత్వననిస్తుంటుంది. అద్దానికి సమాంతరంగా ఉన్నప్పుడే మన ప్రతిబింబం కనిపించేది. కవిత్వమూ అంతే కవి అంతరంగాన్ని చూపిస్తూ కలిసి ఉన్నట్టు కనిపిస్తూనే, నటిస్తూనే సమాంతరంగా ప్రయాణం చేస్తూ ఉంటుంది. కవితశ్రీ కవిత్వమూ అంతే అతని మస్తిష్కానికి ప్రతిబింబం. అతని ఆలోచనలకు, ఆదర్శాలకూ ఓ సమాంతర ప్రతిబింబమే తన కవిత్వం. పరిష్కారం కాని సమస్యలే వస్తువుగా ఈ కవిత్వం కనిపిస్తుంది. రాజీ పడిపోతే, మార్గం మార్చుకుంటే రెండు రేఖలూ ఒక్కటి కావచ్చు. కాని ప్రతిబింబం అదృశ్యమైపోతుంది. కవితశ్రీకి అది చేత కాదు.

– జంధ్యాల రఘుబాబు

సమాంతర వాక్యం

ప్రపంచపు పెద్దన్న 1
కలికితురాయివి 3
చల్లబడ్డ రక్తం 5
ఇక వదిలేద్దాం 8
తడిమి చూసుకో 11
ద్రవిద్దాం రా 14
ఒక అప్రస్తుతం 16
సంస్కార దూరం 18
తన నిష్క్రమణలో 21
కదిపి చూస్తే...! 24
అంతకన్నా ఏమాశిస్తాం...? 26
ఆవు – నేను 28
మ్యానిఫెస్టో రాసేకొని మార్క్స్ 32
అమ్మ చెప్పేదేందో మడి? 35
తనో దుష్టశక్తి 37
ఆత్మజ్ఞాని 39
కవిని నేను 41
నవ్వు అక్కడే ఉండు 43
నీకూ నాకూ తేడా 45
ఏం చేసింది...? 48
చూపుంటే...! 51
శిల్పసౌందర్యం 54
ఎందుకో మరి 56
నువ్వున్నావన్న ఆశే లేదు 58
అపార్థశైలి 60
గచ్చులోడు 62
ఇంతకీ ఏం జరిగింది...? 64

విజయ వైరాగ్యం	67
కల వస్తుంది	68
తొలుచుకునే కొద్దీ...!	69
నగరమా! నీకు నమస్తే!	72
సమాంతర వాక్యం	75
నాడు – నేడు	77
వస్తు సంస్కృతి	79
ఎంటర్‌ప్రెన్యూర్	81
అక్షర భస్మాసురం	83
అపసవ్యాక్షరం	86
సంధి కార్యాలు	88
నిస్సహాయ సమయంలో	90
అన్నదాత	92
అన్నదాత నిర్వచనం	94
అమాయక అన్నదాత	98
అన్నీ తెలిసిన అమాయకుడు	100
అమ్మకో నూలుపోగు	102
అసహనపు వేళ	103
ఒగసారి పోయిరావల్ల	105
కార్పోరేటు సమిధ	107
భరతావని	109
అక్షర హితవు	111
వెలిగిపోతున్న దేశం	114
కవిమిత్ర పరామర్శ	116
కార్పోరేటు అరణ్యాయనం	118
ఎక్స్‌ప్లాయ్యేషన్ థియరీ	121
మా పల్లెటూరు	124
చుట్టమొచ్చాడు జాగ్రత్త	128
పాలుపోని అనిశ్చితి	130
వైపరీత్యకాండ	133

ప్రపంచపు పెద్దన్న

వాడి ఇంటిపేరు శ్వేతసౌధం
వాడి ఒంటిపేరు శాంతిదూత
వాడి నుదుటిపై "పెద్దన్న"
అని పే...ద్ద అక్షరాలతో రాసుంటుంది
వాడు పెద్ద నేర్పరీ తీర్పరీను
విశ్వమంతా వాడే మధ్యస్తాల మంత్రసాని
ఒకచోట వాడు
శాంతిస్థావరమై అవతరిస్తాడు
అతిథిగా వాడు చాలా అనువైనవాడు
చాలా పొదుపరి సుమా వాడు
శుద్ధిచేస్తే గేస్తుకు వృథా వ్యయమని
ముడిచమురే తాగేస్తుంటాడు
ఒకచోట వాడు
శాంతిరక్షకదళమై దాపురిస్తాడు
శత్రువు గుండెల్లో శయనిస్తుంటాడు
వాడు చాలా నాజూకువాడు
అన్నం తింటే సమయం వట్టి దండగని
పచ్చి నరమాంసమే నమిలేస్తుంటాడు
ఒకచోట వాడు
కోతిబావ పాత్రలో ఊడిపడతాడు
రెండు పిల్లుల మధ్యగా దూరి

సమాంతర వాక్యం

భాగపరిష్కారాలు చేస్తూ
ఇటు అటుగా అటు ఇటుగా తూస్తూ
రొట్టె మొత్తం కాజేస్తాడు
తీర్పరిగా వాడు బో లౌక్యమున్నవాడు
వాడి దేశభక్తి దుర్భేద్యమైనది
వాడి జాతిదురహంకారం అమోఘమైనది
నేడు ప్రపంచమంతా వాన్నే శ్లాగిస్తోంది
అభిమానిస్తోంది అనుసరిస్తోంది
వాడిప్పుడు
అభినవ మనురాజ్య సంస్థాపనాచార్యుడు
నిజంగా వాడు
చరిత్ర గుండా పారుతున్న కుళ్ళునీటి కాల్వ
నాగరికత నడిబొడ్డున వెలసిన మురుగునీటిగుంట
ఇన్నాళ్ళకి వాడి పాపం పండిపోయింది
"మా ఇంట్లో నీ పెత్తనమేంటి?" అని నిలదీస్తే
ఇంటి పెద్దనే గొంతు కోయించాడు
అందుకే స్వాభిమానం ఉన్నవాళ్ళు
స్వతంత్రేక్ష కలిగినధీరులు
వాడి కంట్లో నలుసులై
మధ్యప్రాచ్యంలో నేడు
వాడికి గొయ్యి తీస్తున్నారు
పాడి కూడా కడుతున్నారు
రండి! మనమూ పిడికెడు మట్టి చల్లొద్దాం!

అక్షరం, ప్రజాశక్తి (26-01-2020)

(ఇరాన్ లో సులేమానీని అమెరికా హత్య చేయించిన సందర్భం)

కలికితురాయివి

గురి చిక్కని మరుగుజ్జువైనా
దిక్కులు పట్టని ఊడలమఱ్ఱివైనా
నింగికెగసి సప్తవర్ణాలు అద్దుకువచ్చినా
దిగులుపడనూ పడలేదు
మిడిసిపడనూ పడలేదు
నెరబాద అనుభవించి
నెలబాధలు సంతరించి
తొక్కుళ్ళు పడ్డ కోడిపెట్టలా
చితికిపోడానికి వెనుకాడలేదు
ఎదతీరిన క్షణాన ఆవుదరుపులా
సుగ్గి సుళ్ళుతిరగిపోడానికి సిగ్గుపడలేదు
అంతా పిసరంత నలుసుని
ఒడిలో పెట్టుకు మురిసిపోడానికే కదా
కడుపు పట్టని ముసలాన్ని
నవ్వుతూ నవయుగాలు మోస్తావు
వెన్నెలగాయాన్ని పంటిబిగువున పట్టి
ఇల్లు పట్టని పిల్లలకోడిలా
హడావిడి పడి మెరుస్తావు మురిపిస్తావు
నువు జలజలపారే గంగవి
మృత్యువాత సంజీవనివి
అనాదిగా నీ మాటల ఉలులతో
పాషాణాలకు ప్రాణం పోశావు

సమాంతర వాక్యం

నీ దృక్కుల శశికాంతులతో
కఠినశిలలకు కరిగిపోవడం నేర్పించావు
నీ తడిగల సడితో
సప్తసాగరాలు మథింపజేసావు
నువు స్వేదస్సంరంభవు
ప్రకృతి తలపాగాలో కలికితురాయివి
నేను నీ కటాక్షాల భిక్షకున్ని
నీ ఉసురు అరువుగొన్న రుణగ్రస్తున్ని
నీ చేతిది తుంచుకోవడమే తప్ప
నీతో పంచుకోవడం రాని పామరున్ని
నీ కళ్ళకు ఎగజూడ్డమే తప్ప
నీ కోసం చెయ్యాడని పేదవాన్ని
నీకేమివ్వగలను?
నీ పాదపారిజాతాల్ని కళ్ళకద్దుకోవడం
నీ స్మరణ మలయమారుతాల్లో సేదతీరడం తప్ప

చల్లబడ్డ రక్తం

సెల్లుఫోను సొల్లుకబుర్లతో
ఉడుకు రక్తం చల్లబడిపోయింది
అంతర్జాల బూతుదృశ్య వీక్షణతో
ఆవేశం ఆవిరైపోయింది
చచ్చిన పాములు, జీవశ్చవాలు
బాధ్యత లేదు
హక్కు లెరుగరు
పోరాటం పదమే తెలియదు
ఆల్దీ క్రెడిట్ గోస్టూ గ్లోబలైజేషన్
తిట్టితే తాపం లేదు
కొట్టితే కోపం రాదు
పెట్టితే గుడ్డెద్దులా తింటూపోవడమే
చెప్పితే గంగిరెద్దులా తలలాడించడమే
వీళ్ళ నేమైనా అన్నావో
నీవే పాపభీతిలో పడిచస్తావు
పోరా అంటే ఉరకలు తీస్తారు
రారా అంటే పరుగెత్తి వస్తారు
గోబీ కోసం రూపీ ఇస్తే చాలు
గులాములై పడి ఉంటారు
చేతికి చరవాణి ఇస్తే చాలు
వారాలైనా కిమ్మనకుండా
చీకటిగదుల్లో గుడ్లగూబల్లా పడుంటారు

గొప్పంతా ఘనత వహించిన కార్పోరేట్లదే
వీళ్ళు అభినవ బుష్యశృంగులు
మొరలు సాచి
కాసింత ఆడతనం వాసన చూడ్డానికి
చిత్తకార్తె పోతుకుక్కల్లా వెంటబడి
సొంగ కార్చి కార్చి
ఊరి ఊరి నీరుగారిపోయారు
నిలువునా జావగారిపోయారు
వీళ్ళు అష్టవిధ నాయికల్లో అభిసారికలు
రెండు మాటలు ఎంగిలి పడ్డానికి
ఎదకొచ్చిన ఆవుదరుపుల్లా
తొక్కుళ్ళుబడుతున్న కోడిపెట్టల్లా
మగతనాన్ని వెంబడిస్తూ
తిరిగి తిరిగి నీరసించిపోయారు
ఫీజు రీయెంబర్సు పుణ్యం కొద్దీ
నిరుద్యోగభృతి దాతృత్వం వల్లా
ఆదాయవ్యయాలకు అతీతులైపోయారు
ఉంటే తింటారు
లేదంటే పస్తులైనా పడుంటారు
కారణాన్వేషణ కలనైనా కనబడదు
తిరుగుబాటు పదం నిఘంటువుల్లోనే లేదు
ప్రపంచీకరణ మాయా జూదంలో
కార్పోరేట్ల కంత్రీ గాలంలో
అధర్మం అభౌతికదేహి
అన్యాయం అదృశ్య శక్తి

ఇప్పుడు అంతా చీకటి
ఆ చీకట్లో
ఆలోచన అడుగంటి పోయింది
ఆవేశం ఆవిరైపోయింది
ఉడుకు రక్తం చల్లబడిపోయింది
ఉష్ణశక్తి జనించక యవ్వనమంతా చచ్చిపోయింది

సాహితీ గోదావరి,
జనవరి, 2020

ఇక వదిలేద్దాం

నీ ఉడుంపట్టు నీ పట్టుదల సరే
చేరేదైతే చేరావ్.
చూశావు కదా!
గుండెలవిసిపోయే దృశ్యాలే గాని
కంట్లో వేసుకుందాం అన్నా
బొట్టు కూడా
ప్రాణాన్ని నిలిపే పచ్చదనం లేదు
ఇక పానీయం గురించి ఆలోచించు
ప్రాణం ఆనవాళ్లు అసలే లేవు
దుమ్ము ధూళి బండరాళ్ళు తప్ప
సస్యసుందర దృశ్యాలే లేవు
ఇక శృంగార భావాలెక్కడుంటాయ్
గారం
ముదిగారం
అనురాగం
అతగాడి నిఘంటువుల్లో లేనట్లున్నాయ్
ఇప్పటికైనా
అంగారకుడు అందనివాడేనని గుర్తించు
ఆలోచించు ఇక వదిలేద్దాం
అర్రులు చాచి
అతితెలివిపరుడెవడైనా అందుకున్నా
మరెంత పాపం మూటగట్టుకోవాలో

మరెన్ని అమెరికాలు పునరావృతమవ్వాలో
మరెంత రక్తం చరిత్ర చేతులకంటాలో
మరెన్ని జీవజాతుల హననం జరగాలో
మరెంత మానవత్వం మంటగలవాలో
ఒక్కసారి ఆలోచించు
అక్కడికి అడుగుపెట్టాక
వాడికి ఒకటే గతి
ఇక్కడి సముద్రాల్ని దొంగలించడం
గాలి స్టీమర్లే నిర్మిస్తాడో
నింగికి నేలకు
నీటిగొట్టాలే సంధిస్తాడో
జలసమరాల్లో జనహననం తథ్యం
సాటి మనుషుల్ని కోడిపెట్టల్లా తరిమిపట్టి
నాగరికతా విపణివీధుల్లో వేలం వేసి
మరొక్కసారి
స్వేదించే శ్రమహరణం తథ్యం తథ్యం
అక్కడికి అంగ వెయ్యగలిగినవాడు
తప్పకుండా
తస్కరుడు ముష్కరుడే అయ్యుంటాడు
వాడు తల్లిరొమ్ము గుద్దడం ఖాయం
కన్నతల్లిని వాడి కర్కశకబంధహస్తాల్లో పెడ్తావా?
వాడక్కడ ఆధిపత్య కేంద్రమవుతాడు
సరిగ్గా ఇక్కడి పెద్దన్న పెత్తనం లాగా
వాడు అక్కడే తిష్టవేసి
అక్కడి నుండే ఇక్కడి చక్రం తిప్పుతాడు

చరిత్ర గతిని మార్చే ఈ తరుణంలో
బంతి ఇంకా నీ కోర్టులోనే ఉంది
లోతుగా ఆలోచించు. ఇక వదిలేద్దాం.

సృజన నేడు, 03-05-2021

(మార్స్ పై నాసా perseverance ఉపగ్రహం దిగిన సందర్భంగా)

తడిమి చూసుకో

అవి డొక్కలు మడతలుపడ్డ చారలు
వాట్ని చూసుకుని పెద్దపులినని భ్రమిస్తున్నావు
స్కర్వీతో చివుళ్ళు పగిలిన పళ్ళు చూసుకుని
కొండచిలువనని పొరబడుతున్నావు
తోడేళ్ళ రాజ్యంలో
దగాపడ్డ లేడిపిల్లనని గ్రహించలేకపోతున్నావు
ఆకలితో అలమటిస్తూ కూడా
మడతకుడుములు తిన్నానని పళ్ళికిలిస్తున్నావు
కిందపడి ఒళ్లంతా డోక్కుపోతే
దుమ్మైనా తుడుచుకోకుండా
నొప్పి లేదంటావేంటి?
ఇంకా ఏంటి నీ అభిమానం?
ఇంకా ఏంటి నీ అభిజాత్యం?
ఒక్కసారి నిన్ను నీవు తడిమి చూసుకో
నీ ఇంటిలో ఆకలి కుండనడుగు
నీ వంటిలో మాడుతున్న పేగుల్నడుగు
నీదేరకం జాతో చెబుతాయి
జాతిసమరం చేయాల్సిన సమయంలో
ఇంకా వంశమూలం వెతుకుతున్నావా?
నాలుగుపడగల నీడలో ఉండి ఉండి
నీకు నీడకళ్ళు పడిపోయాయి
ఇంకెక్కడి చూపు

సమాంతర వాక్యం

లెయ్! కళ్ళు తుడుచుకో!
కులగావు పడ్డ నీ కళ్ళకి
వివేచనా బట్టాయి పెట్టు
వివేకపు చన్నీటితో కడుక్కో
తేరుకుని నీ రంగూరుచీ చూపుతాయి
ఇప్పటికీ నువ్వు ఎంత ఎదిగినా
ఐదేళ్లకోసారి నీ మద్దతు కోసం
చుట్టరికం కలుపుకు వచ్చి
వాడు నిన్ను బోల్తా కొట్టిస్తూనే ఉన్నాడు
వాడి ఇంట్లో పండగపూట ఎప్పుడైనా
నిన్ను పలకరించడం చూసావా?
వాడి శుభకార్యాలకెప్పుడైనా
నిన్ను పిలవడం జరిగిందా?
వాడెప్పుడైనా నీకొక ఆకు వేశాడా?
ఎన్నడైనా
వాడి పంచన చేయి కడిగిన పాపాన పోయావా?
వాడు పాపి
ఎంగిలి చేత్తో కాకిని కూడా అదిలించని పాపి
వాడు కాజేసే గుంటనక్క
కడుపు నింపే బాపతు కాదు
వాడి మోచేతి నీళ్ల కోసం ఎదురుచూస్తావెందుకు?
వాడికేం
వాడు అందలంపై ఉన్నాడు
అందినంతా మెక్కేస్తున్నాడు
ఎటు తిరిగి నువ్వే కదా

ఉట్టికీ సగ్గానికీ ఎక్కకుండా పోయింది
లెయ్ మరి! కళ్లు తెరు!
జబ్బల చుట్టూ చేతులు పోనిచ్చి
నిన్ను నీవు తడిమి చూసుకో
జాతి సమరం ఆసన్నమైంది
స్వజాతిని గుర్తుపట్టి
వర్గకసిని ఎక్కుపెట్టి బరిలోకి దిగాలి మరి
ఇంక పద మడి! ఇడ్సు!
మనం చెయ్యాల్సిన సమరాలు చాలా ఉన్నాయ్!

అక్షరం, ప్రజాశక్తి, 10-05-2021

ద్రవిద్దాం రా

ఎప్పుడూ నీ గూడూ నీ గోడేనా
చూడు పొదిగి పొదిగి ఎంత ఒదిగిపోయావో
ఎదగడం పురుట్లోనే మానేసినట్టున్నావు
ఐనా
ఇంకెక్కడ నీ గూడు?
ఇంకా ఎక్కడ నీ పిల్లలు?
రివ్వున దూసుకుపోతున్నాయి చూడు
రెక్కలొచ్చి
ఆశలజాడీల్లో ఊరికే ఊరిపోక
నాతో రా
మన బావి దాటి
అలా సాగరాలీది సేదదీరొద్దాం
ఎందుకంతలా ముడుచుకుపోతావు?
నన్నెందుకింతలా కుచింపజేస్తావు?
విజయమంటావా?
నీ కడగంటి కటాక్షమొకటి పడెయ్యి
అంతరిక్షాల్ని పట్టుకు వస్తా
నీకు తెలుసు కదా
నీ నవ్వు నా కళ్ళలో విరిసినప్పుడు
ఎన్ని శిఖరాలు అధిరోహించానో
నీ అశాంతి నన్ను దహించివేసినప్పుడు

కవితశ్రీ

ఎన్ని పాతాళాల్లో పతనమయ్యానో
ఒక్కసారి జ్ఞాపకం చేసుకో
నాతో రా
గడ్డకట్టుకుపోయి అణుపుకున్నది ఇక చాలు
ఇకనుంచైనా
ద్రవించడం అలవాటుపడదాం
స్రవించడం మొదలెడదాం
జలజల పారడం నేర్చుకుందాం
ఆశ్వాసించడంలో రుచుల్ని ఆస్వాదిస్దాం
అటు చూడు గూడులేక గోరాడేవి
నీడలేక నిట్టూర్చేవి
రెక్కలు రానివి
లేనివి
విరిగిపడ్డవి
ఎన్నెన్నో పక్షులు అలమటిస్తున్నాయి
దీనంగా
ఓ తడి వాక్యం ఆసరాకోసం
నాతో రా
ఇకనుంచైనా
బతుకు రహదారుల పక్కన నీడలై నిలబడదాం
బయల్దేరు మరి
మనం కదనమే చెయ్యాల్సుంది

సాహిత్య ప్రస్థానం
మే, 2021

ఒక అప్రస్తుతం

చీమ చిటుక్కుమంటే
ఉలిక్కిపడే
ఒక అసందర్భం ఆవరించింది
గాలి వీయాలంటే జంకుతున్నది
ఆకు కదలాలంటే ఆలోచిస్తున్నది
చిగురాకు చిరుగాలి ఊసులాడ్డం లేదు
చలికి సైతం ఉక్క పోస్తోంది
ఉక్కపోతే వణికిపోతున్నది
సముద్రం ఘోషించడం మానేసింది
ఒక విషమ ఘడియ ఏర్పడింది
ఏ గొంతుక విప్పాలో స్పష్టం కాక
సగమాకాశం డోలాయమానమైంది
ఏదో అదృశ్యశక్తి కట్టిపడేసింది
భయం
భయానకం
బీభత్సం
అంధయుగాలు సైతం
ఇలాంటి అసందర్భాన్ని
రుచిచూసి ఎరుగుండవు
ప్రాణవాయువుకు సైతం ఊపిరాడ్డం లేదు
ఒక సంకటస్థితి దాపురించింది
అసహనం జాతివన్నెలు పూసుకున్నది

కవితశ్రీ

సంకుచితం అందలం ఎక్కుతున్నది
నైచ్యం కిరీటం ధరిస్తున్నది
అరాచకం వారసత్వమౌతున్నది
కాలం దెయ్యం పాదాల్తో పురోగమిస్తున్నది
నాగరికత రాతియుగాల కేసి తిరోగమిస్తున్నది
నాజూకుతనం బండబారిపోతున్నది
బుజ్జగింపుల స్థానంలో
బూటుకాలు ప్రవేశించింది
మాటల స్థానంలో
తూటా పేలుతున్నది
సంప్రదింపులు చర్చల స్థానాన్ని
చావుదెబ్బ ఆక్రమించింది
ఇది ఒక అవాంఛితం
ఇది ఒకానొక అప్రస్తుతం
చీకటి శకం
చరిత్ర పుటలెక్కుతున్న
బీభత్స వికృత వికటాట్టహాస ఘట్టం

అక్షరం, ప్రజాశక్తి, 12-07-2021
&
కవిత 2021

సంస్కార దూరం

ఒక ప్రమేయం
నువ్వు అక్కడ చల్లగా ఉన్నావని
తన చేతుల్లో భద్రంగా ఉన్నావని
అది ఒక్కటే బతికిస్తోంది
బహుశా నీకూ ఒక ప్రమేయం
నేనిక్కడ హాయిగా ఉన్నానని
ఇదే లోకం
ఇదే కాలం
నువ్వక్కడ ప్రకృతి ఒడిలో
నేనిక్కడ కాంక్రీట్ జంగిల్లో
ఎంత దూరం...అంటే
వేరు వేరు లోకాల్లో ఉన్నట్టు
వేరు వేరు కాలాల్లో ఉన్నట్టు
అసంభవం అని తెలిసినా
ఎన్నటికైనా ఈ కాలంలోనే
ఈ లోకంలోనే కలుసుకుంటామని
ఎడతెగని ఒక నిర్ద్వంద్వమైన ఆశ
అప్పుడంత దగ్గరగా ఉన్నా
ఒక్క మాట ఒకే ఒక్క మాట
నువ్వంటే ఇష్టమని చెప్పలేకపోయాను
నాతో ఉండటమే ఇష్టమని
నువ్వూ చెప్పలేకపోయావు

అత్తా! అని అమ్మతో అన్నమాట
నాతో అనలేకపోయావు
అంత దగ్గరున్నా
ఒక సంస్కారం దూరంలోనే ఉండిపోయాం
ఇన్ని దశాబ్దాలు కరిగిపోయినా
ఎక్కడా ఎదురుపడలేదు
అవకాశాల్నీ తప్పించుకు పారిపోవడమే
ఎదురుపడితే... ఆ చూపుల్ని
ఎదుర్కొనే గుండెలుండాలి కదా!
ఆ క్షణాల్ని
సముదాయించుకునే నిబ్బరముండాలి కదా!
ఎప్పుడో... నీ వసంతం వెళ్ళిపోయిందని
నీ పచ్చదనం ఎండిపోయిందని
మొద్దుబారి
మోడువారి
కనుకొసల్లో ఊపిరి నిలుపుకుని
దేనికో నిట్టూరుస్తున్నావని
ఎవరికోసమో వేచి ఉన్నావని
గొంతుకూచొని ఎదురుచూస్తున్నావని
కబురొకటి గాలికి కొట్టుకొచ్చినప్పుడు
గుండెల్లో...
వెయ్యి పర్వతశిఖరాలు విరిగిపడ్డాయి
ఒక లక్ష ఆకాశహర్మ్యాలు కూలిపోయాయి
ఐనా నాక్కాని నీక్కాని
ఒక చిరు సాహసం ఏదీ

సమాంతర వాక్యం

ఒక్క పరామర్శకీ నోచుకోలేదు
ఒక్క ఉమ్మలిక స్వేచ్ఛ లేదు
కనీసం ఒక్క కన్నీటిబొట్టు హక్కు లేదు
అప్పటికీ ఇప్పటికీ
నీకూ నాకూ మధ్య ఒక సంస్కారమంత దూరం

తన నిష్క్రమణలో

ఒకానొక క్షణంలో తనకేదో పూనకమొస్తుంది
తన కళ్ళకి సముద్రం చెంచాలా కనబడుతుంది
అరచేతిలో స్వర్గం కలగంటాడు
అప్పుడతడు ఇసుకకి పళ్ళొచ్చినట్టు
పిల్లికి జ్వరమొచ్చినట్టు మాట్లాడతాడు
ఇక్కడేమో కన్నతల్లి సంధికొట్టి కళ్ళుతేలేస్తుంటుంది
అతడు తనలో ఒక ధన్వంతరి ఉన్నాడంటాడు
ఓ పక్క ఉన్నదంతా తస్కరింపబడుతుంటుంది
తనొక మత్స్యావతారమంటాడు
సోమకుడి మెడలువంచి సొమ్ముమొత్తం కక్కిస్తానంటాడు
నరకుని భరతంపట్టి
బందీయైన కన్నెసిరినంతా విడిపించుకొస్తానంటాడు
నమ్మడం ఎటూ మనకు అలవాటే
మనం నమ్ముతాం
మన అందరి అస్త్రాలు ఒలిచి తనచేతిలో పెడతాం
మన వంతు మెతుకులూ ఆ శకునికే తగలేస్తాం
అప్పటికింకా అతనికి
తన మిత్రులెవరో శత్రువులెవరో కూడా తెలిసుండదు
శత్రువు ఊతంతోనే లేచొస్తాడు
అతని చేసాయంతోనే నడిచొస్తాడు
తీరా గద్దెపై కొలువుదీరాక

తనకు ఊతమిచ్చినవాడే తన శత్రువని తెలుస్తుంది
అప్పుడతనికి కళ్ళు బైర్లుకమ్ముతాయ్
తను పలికిన బీరాలు గుర్తొస్తాయ్
శత్రువుని అంతం చేస్తానని శపథం చేసాడు కదా
సరే తలతిప్పి చూస్తాడు
అప్పటికే జుట్టు మొత్తం శత్రువు చేతుల్లో ఉంటుంది
శత్రువు తనని గొంతువరకూ పాతరేసి
అక్కడే కుర్చీలో తాఫీగా కూచొని
సిగరెట్టు వెలిగిస్తూ వికటాట్టహాసం చేస్తుంటాడు
ఒకచేతిలో పిస్టల్ నాల్కలు కోస్తుంటుంది
ఇప్పుడతడు కదల్లేడు మెదల్లేడు
కనీసం ఊపిరి కూడా పీల్చుకోలేడు
ఇక అతనికి బోధివృక్షం అక్కరలేదు
కానీ వాగ్దానబాణాలు తనకే గుచ్చుకుంటుంటాయ్
మోసపోయానని ఒంటరిగా మొత్తుకుంటాడు
ఇంతలోనే మళ్ళీ పరీక్ష ముంచుకొస్తుంది
ఇక తప్పదు ఏదోవొకటి చెయ్యాల్సిందే
ఒకసారి దాయాదిబూచి చూపించి ఉస్కో అంటాడు
మనం మళ్ళీ ఇరగదీస్తాం
ఇంకోసారి ఉమ్మడి శత్రుశిబిరం చేరుతాడు
తనతో చెట్టాపట్టాలేసుకు పోజులిస్తాడు
అక్కడ నిరసన నెత్తుటేర్లై పారుతుంది
తను మాత్రం అజాతశత్రుబిరుదం తగిలించుకొస్తాడు
మనం మళ్ళీ ఇరగదీస్దామా?
తన పీడ విరగడచేసుకుందామా...?

కవితశ్రీ

మనం తర్కించుకుంటుంటాం
ఈ లోగా మన కన్నతల్లికి తీరని గాయాలవుతాయ్
విలవిలలాడుతూ గిలగిలాతన్నుకుంటూంటుంది
అతనికేం అతగాడు ఏకనిరంజనుడు
బుల్లిగడ్డం కాస్తా గుబురుగడ్డంగా పెంచుకొని
పుట్టగోచీ ఎగ్గట్టుకుని
తుండుగుడ్డ దుమ్ముదులిపి భుజాన వేసుకొని
ఒకసారి దీ...ర్ఘంగా నిట్టూర్చి
వట్టిచేతుల్తో ఏ పూర్వాశ్రమానికో నిష్క్రమిస్తాడు
ఇక గింజుకుచావాల్సింది ఇద్దరే. నువ్వూ, నేనూ

సాహిత్య ప్రస్థానం,
ఆగస్ట్, 2021

కదిపి చూస్తే...!

నా ఆవాసం ఒక పూలతోట
నేను ఓ తోటమాలిని
ప్రతి రోజు ఇన్ని పూమొగ్గలు
ఇక్కడ విరిసి
విరగబడి నవ్వీపోతుంటాయి
యవ్వన శోభలతో మెరిసి
సీతాకోక చిలుకల్లా తుర్రుమంటుంటాయి
నా పువ్వుల చుట్టూ
తుమ్మెదలు తేనెటీగల కోలాహలం
ఆ సందడి చూసినా
తుళ్ళిపడే నా పువ్వుల్ని చూసినా
కొంచెం గర్వకారణమే కాదు
ఒకింత కంటికలక కూడా
బుద్ధిదూల కొద్దీ ఒకనాడు
ఒక్కొక్కటీ కదిపి చూశాను
ఒక పువ్వు...
కళ్ళలోనే
ఇంకిపోయిన చెరువుల్ని దాచుకుని
చావు నవ్వులు నవ్వుతోంది
ఒక పువ్వు...
కనురెప్పల మాటున
ఎగిరిపోయిన గువ్వగుర్తుల్ని
పంటిబిగువున అదుమిపట్టింది
ఒక పువ్వు...

కవితశ్రీ

వీపు తాకి చూస్తే
చెదిరిపోయిన గూళ్ళు భళ్ళుమన్నాయి
ఒక పువ్వు...
భుజాలు తడిమి చూస్తే
విరిగిపోయిన రెక్కలు వెక్కిరించాయి
ఇలాక్కాదని
తుళ్ళిపడుతున్న ఒక్క తుమ్మెదని కదిపాను
కడుపాత్రాలు
వలసపక్షులు
దూరతీరాలు
కళ్ళనిండా సుళ్ళు తిరుగుతున్నాయి
చివరగా
ఆశగా
ఒక తేనెటీగని పట్టి చూశాను
తాడు తెగిన బొంగరాలు
వాడిపోయిన పసిమొగ్గలు
రాలిపోయిన పూలరేకులు
ఊరే కన్నీటి చెలమలు
ఎగిరే హృదయసాగరఘోషలు
వేటుపడి చలంపట్టిన సర్పహేసలు
దెబ్బతిన్న పెద్దపులి గాండ్రిపులు
ఒకటేమిటి కదిపి చూస్తే...
గుండెల్లో పొరపొరకో పురాణం
ఒక్కో కనుకొసలో నుండి
జారి రాలిపడుతున్న ఒక్కొక్క ఇతిహాసం

లోగిలి
డిసెంబరు 2021

అంతకన్నా ఏమాశిస్తాం...?

తను ఉన్నాడే కల్లుతాగిన కోతి
నిత్యం కట్టుబోతు ఎలుగుబంటి
రెండు ప్రపంచాలకూ చెడినరేవడు
రమ్మూ వైనూ బ్రాందీ...
కన్నకశ్మాలం కలగలిసిన కాక్టైలు
తనొక మల్టీటాగ్సిన్ మిశ్రమం
తను ఘటికుడే
కాదనలేం గాని
తన బతుకు బండి
తొలి అడుక్కే బురదగుంట్లో పడ్డది
తను
రోగమొచ్చి కొంకర్లుపోయిన కోడిమెడ
తన శీలం ఒక అక్టోపస్
క్షణక్షణానికో ఊసరవిల్లి
తను
రైటో లెఫ్టో తేల్చుకోలేని గోడమీదిపిల్లి
తనే గనక కుడికుంపట్లో చేరుంటే
పచ్చగడ్డితో అగ్గి రాజేసి
కొంపలకి కొరివి పెట్టుండేవాడు
తృటిలో బతికిపోయాం
తనకే గనక ఎడమవాటం అబ్బి ఉంటే
వెలిగిపోయేవాడు

వెన్నెలలు పంచి ఉండేవాడు
ఆ మేరకు నష్టపోయాం
తను మిణుగురుపురుగుల కోసం
పండువెన్నెలని వదులుకున్న జీనుగ్గువ్వ
మురికికాల్వల కోసం
చల్లని సెలయేరుని కాలదన్నుకున్న పాంథుడు
సొంగకారే లాలాజల లోలత్వంతో
పూటకో కొంగుచాటు కోరి
అనురాగాల హాయిని మోయలేక
పలాయనం చిత్తగించిన భీరువు
మరి ద్రౌపదిని చూస్తే...
తనకి
ఒడలు పంచుకున్న పాండవులు
వలువలొలిచిన కౌరవులు తప్ప
తల్లితనం గుర్తొస్తుందా?
తన స్తన్యం పంచుకున్న తనయులు
కుయుక్తులకు ఆహుతైతే
గొంతుకూచొని ఎలుగెత్తి విలపిస్తున్న
మాతృమూర్తి రూపుకడుతుందా?
తరుణిలోనైనా తల్లిలోనైనా
తను చూసేది మాంసపు ముద్దలు మాత్రమే
తన నోరు గ్రీష్మంలో తాటిమట్ట
క్రీస్తుపూర్వమే పుచ్చిపోయిన మేడిపండు
తన నుండి అంతకన్నా ఏమాశిస్తాం...?

29-06-2022

ఆవు – నేను

ఆలమంద నీదైనా నాదైనా
ఆవు ఆలనా పాలనా చూసింది నేను
డొక్కలు డొల్లలై
గోవు నోట సొంగ కారుస్తుంటే
గడ్డీగాదం కోసి
గాట్లో ఇన్ని పూరిపరకలు వేసింది నేను
ఎడతెగని మోడంలో
ఎడ్లకొట్టం చెరువైతే
నిలువుగాళ్ళు పడ్డ పశువులకు
తంగేడాకు పరుపు పరచి
హాయిగా కునుకుతీయించింది నేను
అజీర్తితో ఆవు మేయడం మానేస్తే
చొప్పదంట్లు నోట్లో కుక్కి ఆరగింపజేసింది నేను
పగలంతా దుక్కి దున్ని దున్ని
ఒళ్ళు గుల్లైన దుక్కిటెద్దులకు
ఉడుకునీళ్ళతో ఒళ్ళు కడిగి
అలుపు తీర్చింది నేను
అవి పండించిన పంట
నీ గావు కడుపుకు కట్టబెట్టింది నేను
ఫలముకొచ్చిన ఆవుదరుపు
ఒంటిబరవు దించుకునే

కవితశ్రీ

అరువు తెలియక సతమతమవుతూ
కోడెతో కుస్తీ పడుతుంటే
వాటి లడాయి తీర్చడానికి
తరుపుని పంగలకర్రల్లో బంధించి
కోడె శేరు పట్టి
వాటంగా మడాయి దారి చూపి
ఎద తీర్చింది నేను
కాలు విరిగితే
బందిరాకుకట్టు కట్టింది నేను
రెండు కొండల నడుమ అద్దానాన
ఆవు ఈతకొస్తే
తాపడ్డ యాతనంతా నే పడి
కంటికి రెప్పలా కాపలా కాసింది నేను
కాన్పు చేసింది నేను
కుక్క నక్కలపాలు కాకుండా
మాయ తీసి
ముళ్ళపొదపై విసిరింది నేను
నిలబడలేక ఆకలితో
తారట్లాడుతున్న ఆ కందమ్మకి
పొదుగు చూపించి
ముర్రు తాపింది నేను
మెడపట్టీ, ముగుతాడూ వేసింది నేను
పగ్గం పేడింది నేను
కాడికిరావడం కొండ్రవేయడం నేర్పింది నేను
సంక్రాంతికి ఈత కొట్టించింది నేను

కొమ్ములు జివిరి కొప్పులు పెట్టింది నేను
గున్నాపట్టాలు చుట్టింది నేను
కనుమనాడు చిట్లకుప్పలు వేసి
కుప్పిగంతులు పెట్టించింది నేను
మెడలో జేగంటలు వేసి
కాళ్ళకి మువ్వల పట్టెడ కట్టి
చెంగుచెంగున ఎగిరే కందమ్మల పట్టి
బుల్లిపగ్గంతో గుంజకు కట్టి
పసినోళ్ళు కొట్టి పాలు పిండింది
ఆ పాలని నీ బోనకడుపులో పోసింది నేను
ఆవుకూ నీకూ ఏం సంబంధం అన్నా?
ఆవులో నాకు అనాది దోస్తీ కనబడుతుంది
తరతరాల సాహచర్యం కనబడుతుంది
కడిపెట్టిన అమ్మతనం కనబడుతుంది
కాయకష్టాన్ని నమ్ముకున్నవాన్ని కాబట్టి
ఎంతవెతికినా ఆవులో నాకు
శ్రమకైంకర్యం చేసే ఏ దేవుళ్ళూ కానరారు
ఆవు మోములో నాకు అమాయకత్వమే కనబడుతుంది
శాస్త్రీయవాదిని కాబట్టి
ఆవు కొమ్ములో నాకు ఆత్మరక్షణే స్ఫురిస్తుంది
కడుపులో చల్ల కదలకుండా
శ్రమజీవుల రక్తం పీల్చే నల్లివి కాబట్టి
నీకు ఆవు అంగాంగాల్లో అరుదైన దేవుళ్ళు కనిపిస్తారు
ఆవుపై నీ ప్రేమ పాలపై ఆబతో పుట్టింది
పెరుగూ వెన్న నెయ్యిలపై దురాశతో పుట్టింది

రక్తమోడుతున్న పచ్చిమాంసాన్ని డబ్బాల్లో నింపి
పైసలుగా మార్చుకునే
నీ ప్రాసెసింగ్ యూనిట్లపై ప్రేమతో పుట్టింది
సేద్యగాడికీ మగబిడ్డా?
పేదోడికీ పుష్టిగలిగిన కూడా? అన్న కుళ్ళుతో పుట్టింది
నా మీది కుళ్ళు నీకు ఆవుపై ప్రేమగా మారింది
నామీద అసూయ తప్ప
నీకు ఆవుపై ఎలాంటి ఆత్మీయతా లేదు.
పాలు... అంటే పచ్చిమాంసం బొక్కినవాడివి నువ్వు
మిగిలిన పిప్పి
చచ్చిన దట్టం తినే నన్ను
నువ్వు నిలదీయడమేంది?
నన్నగుడు చెయ్యడమేంది?
నా ఉసురు తియ్యడమేంది?
ఇంతకీ ఆవుకూ నీకూ ఏం సంబంధం అన్నా?

17-07-2022

మ్యానిఫెస్టో రాస్కోని మార్క్స

నాయన ఒట్టి మట్టిమనిషి
ఉప్పూకారం ఇష్టంగా తినేటోడు
రేయింబగుళ్ళూ పొలంతోనే నేస్తం
ఇష్టసఖునిలా మూగజీవాలతో మాట్లాడేవాడు
మనుషులంటే ఇష్టమైనా
అమ్మ "ఉలిపికట్టె" అంటున్నా
ఊరికి దూరంగా ఉండేవాడు
మనిషి ఎదురైతే ఊపిరాడక ఎగపోసుకునేవాడు
ఊరికేమైనా ఐతే మాత్రం ముందువరసలో ఉండేవాడు
నాన్నకి కొన్ని సహజాతాలుండేవి
డొక్కలు నిండిన గోవుని చూసి తనివితీరేవాడు
కప్పని మింగిన పాముని చూసి అవిసిపోయేవాడు
పంటపొలంపై చిలుకలు వాలితే
చూసి చూడనట్టు ఎరంచేసుకునేవాడు
చచ్చిన శవమైనా సరే రాబందులు వాలితే
గుడ్లురిమేవాడు
కణతలతో చెమట్లు కక్కి
ఒడిసెల తీసుకొని గురి చూసి కొట్టేవాడు
నాయనకి పండగలంటే ఇష్టం
ఆటవిడుపంటే ఇష్టం
నాయన మాట్లాడేవాడు కాదు

జ్వరం వస్తే మాట్లాడ్డం ఆపేవాడు కాదు
నొప్పిలో నాన్నకి మాటల పూనకమొచ్చేది
తత్త్వం తన్నుకువచ్చేది
కర్ణుడి కవచకుండలాల కథ చెప్పి కన్నీరుపెట్టేవాడు
వాలి పూలమాల కథ చెప్పి వలవలా ఏడ్చేవాడు
నాతి రాయైన వైనం చెప్పి అమ్మిళ్ళుకొరికేవాడు
నాయన మనసుకేవో కనబడని కొరతలుండేవి
నాయనకు లోకం ఓ పట్టాన అరిగేది కాదు
బతుకుని జీర్ణించుకోడానికి కన్నగచాట్లుబడేవాడు
ఆరెకరాల రైతు గెడ్డం రాముడు
పెదరెడ్డికి వెట్టైన వైనం కసిగా గొణుక్కునేవాడు
విత్తు నుండీ పండు వరకూ
పండు నుండీ విత్తూ విత్తం వరకూ
తతంగమంతా ఇంతలేసి కళ్ళతో చూస్తుండేవాడు
పని ముద్దైతే బిడ్డ ముద్దనేవాడు
పణం పెట్టడం
పనిచెయ్యడం
పండించడమే ప్రపంచమనేవాడు
పాపం గీపం పున్నెం గిన్నెం జాన్తానై
మంత్రాలకు చింతకాయలు రాలవనేవాడు
నువ్వు తిన్నదే నీదనేవాడు
నిప్పులేనిదే పొగరాదనేవాడు
తనకి వారం ఒక్కపొద్దుల్లేవు
ముహూర్తాలు అసలే లేవు
తలపెట్టిందే తడవు కలబడ్డమే

తనకి వెనక్కి నడవడమంటే మంట
ఎప్పుడూ మునుముందుకే సాగేవాడు
చెరువునీరు మురిగిపోతుంటే
తూము తీసి
కాల్వల గుండా పైరుమళ్ళకు మళ్ళించేవాడు
పాటెవరైనా హాయిగా పాడతారు కదా
నాయన మాత్రం
'ప్పాముని బట్ట, ప్పాముని బట్ట వ్వస్తరేమన్నా'
అని పళ్ళు అమ్మిళ్ళు కొరికుతూ పాడేవాడు
ఎల్లమ్మ మెరవనొచ్చింది లెయ్ లెయ్యంటే
ఒచ్చిందా? ఒచ్చినదావనే పోతుందిలే
అని గుర్రుపెట్టి నిద్రపోయేవాడు
నాయన నంటి కొన్ని అసంకల్పిత చర్యలుండేవి
పోట్లగిత్తలు ఊరిపై పడితే తనకి ఒళ్ళు తెలిసేదికాదు
కోడిపిల్లలున్నచోట గద్దలాడితే తరిమితరిమికొట్టేవాడు
గొర్రెని మింగిన కొండచిలువపై గుండ్లెత్తి విసిరేవాడు
పాముని చంపడానికి నాయనకి సెంటిమెంట్లు లేవు
ఎలాంటి షరతుల్లేవు
కలలో కూడా కట్టెబట్టుకుని ఉగ్రంగా ఉండేవాడు

19-07-2022

అమ్మ చెప్పేదేందో మడి?

అమ్మ ఒక వెర్రిబాగులతల్లి
తనని చూస్తే
కాయల బరువు మోయలేక
ఒంగిపోయిన కొమ్మలతో చెట్టు గుర్తొచ్చేది
గద్దలాడుతున్నప్పుడు
రెక్కల కింద పిల్లల్ని పొదువుకొని
కుర్రుర్రుర్రు...మనే కోడిపెట్టలా అనిపించేది
ఆకుకూరలు అమ్మని అల్లుకుని ఇంటికొచ్చేవి
నోరుకట్టేసుకున్న
కాయగసుర్లు పెప్పరమింట్లు తన కొంగుచేరేవి
అమ్మకొంగు మా పాలిట కొంగుబంగారం
తన ఆరోగ్యసూత్రాల్లో
అరటితొక్కలు కూడా ఔషధాలై
మా ఆకలితీర్చి
ఆరోగ్యాన్నిచ్చేవి
ఇంటి ధర్మాసుపత్రిలో అమ్మే పెద్దడాక్టు
అమ్మ అక్షరాలు చదవలేదు గాని
మనిషిని ఇట్టే చదివేసేది
ఊరిని చదివేసేది
మా చేత చదివించేది
అమ్మ అదేదో ఆడోళ్ళ భాషలో మాట్లాడేది
కుక్కలోళ్ళ సాలెమ్మని చూస్తే

ఉం బగ్గిరిముండ అని మురిసిపోయేది
సగలావోళ్ళ కన్యకాపరమేశ్వరి ఎదురైతే
అడవిగాసిని ఎన్నిలి అని నిట్టూర్చేది
రాశింటోళ్ళ గవరమ్మ కంటబడితే
అడకత్తెరలో పోకచెక్క అని నొచ్చుకునేది
మస్తాన్ గారి ఖాజాబూ కనిపిస్తే
కుక్కలు చింపిన విస్తరని విస్తుపోయేది
ఇంతకీ అమ్మ చెప్పేది ఏందో మడి?

17-07-2022

కవితశ్రీ

తనో దుష్టశక్తి

తనేదో ఆరాధ్యదేవతని
నిన్నేదో ఉద్ధరించేస్తుందని నమ్మావు
ఇన్నాళ్లూ గుడ్డిగా కొలిచావు
కళ్ళుంటే ఇప్పటికైనా చూడు
అది దాని వికృతరూపం బయల్పరుస్తోంది
గొర్రెని మింగిన కొండచిలువలా పొర్లుతోంది
తన కడుపున దాచిన విషం
అలలు అలలుగా తెరలుతోంది చూడు
తన కంఠంలోని గరళం
తెరతెరలుగా ఉబికివస్తోంది చూడు
మువ్వన్నెల జెండా రెపరెపల సాక్షిగా
ఇంక ఎన్ని భానూదయాలు ఆరిపోతాయో
తను కక్కిన విషం స్పష్టంగానే కనబడ్డది
నీకే కళ్ళు లేవు చూడ్డానికి
తన ధ్రుతరాష్ట్ర కౌగిలిలో
నిన్ను పక్కటెముకలతో సహా
పటపట నలిపెయ్యడానికే అది సిద్ధమైంది
కానీ నువ్వు కళ్ళులేని కబోదివి
అది మాయావి మోహిని
కాసిన్ని నడుమొంపులు ఎరవేసి
నీ కంచంతోనే నీ కడుపు కొడుతుంది
గుప్పెడు ఒయ్యారాలు ఒలకబోసి

సమాంతర వాక్యం

నీ వేలితోనే నీ కన్ను పొడుస్తుంది
అది కసాయి
చెరువుగట్టుపై కాషాయదుస్తుల్లో పెద్దపులి
నకిలీ బంగారు కడియం చూపించి
నిన్ను పిలుస్తోంది
నువ్వు మళ్ళీ నమ్మి పోతున్నావు
ఈసారి అది నిన్ను స్వాహా చెయ్యడం ఖాయం
అది మారి మహమ్మారి
బోల్తాకొట్టించడానికి నీ వద్ద ఆరుకాళ్ళ జంతువు లేదు
నీరంతా సారా ఔతుందనుకోవడం నీ అమాయకత్వం
గుడ్డిగా దాని వలలో పడిపోతున్నావు
ఈ మారు అది నిన్ను సఫా చెయ్యడం తథ్యం
అది మాత్రం ఏం చేస్తుంది?
దాని నరనరాల్లో
తరతరాల జాతివైరం దాగుంది
నివురుగప్పిన నిప్పులాగ
దానికి హరప్పా నాటి అజెండా అలాగే ఉంది
మహెంజదారో మృతులదిబ్బలపై
ఒకనాడు అది చేసిన కరాళనృత్యం
మళ్ళీ దాని నవనాడుల్లో నాల్కలు కోస్తూ
పురులు తిరుగుతూ కలియబెడుతోంది

అక్షరం, ప్రజాశక్తి
29-08-2022

కవితశ్రీ

ఆత్మజ్ఞాని

మా వాడు మా గొప్పవాడు

ఆత్మజ్ఞాని

ఎనలేని నెమ్మదస్తుడు

ఆత్రగాడికి ఆకులో పెట్టు

నాకు మాత్రం నేలమీదే పెట్టంటాడు

ఏటికి ఎదురీదుతున్న వెంకప్పని చూసి

ఎందుకురా అంత వెంపర్లాటంటాడు

తాను మాత్రం నగరంలో ప్లాట్లు కొనిపెడుతుంటాడు

కూడులేక ఎండగాలుతున్న కుండని చూసి

నా ఒంటిపై బంగారు పోగ్గూడా లేదు చూస్కో అంటాడు

రోజూ బులియను మార్కెట్లో మునిగితేలుతుంటాడు

మావాడు మా మంచివాడు

చెడుని చూస్తే పిల్లిలా కళ్ళు మూసుకుంటాడు

కుళ్ళుని చూస్తే కోతిలా ముక్కు మూసుకుంటాడు

కర్రవిరగకుండా

పాము చావకుండా

యవ్వారం నడపండంలో మావాడు మా దిట్ట

మావాడు గొప్ప నిగ్రహమున్నవాడు

తన చెంప చెల్లుమంటే

పక్కవాడి చెంప కూడా చూపిస్తాడు

తన కక్కుర్తి చూసి

ఎవరైనా
మొహంపై ఊచేస్తే
మరేం నొచ్చుకోకుండా తుడుచుకుపోతాడు
మావాడు మహా ద్రష్ట
వచ్చే ఎన్నికల్లో
ఏ ఏ పార్టీ
ఏ ఏ వరాలు
ఏ ఏ మోతాదులో కుమ్మరిస్తుందో ఇట్టే పసిగట్టి
గోడమీదకెక్కి పిల్లిలా కాచుక్కూచొని ఉంటాడు
మావాడు మహా స్రష్ట
తాయిలాల పోటీ పెడితే
తందాన కావ్యాలెన్నైనా రాత్రికిరాత్రే రచించేస్తాడు
మావాడు ఎనలేని సమతవాదీ
మహాశయుడూ
మార్క్సిస్టు కూడా
జనం అవసరాలకోసం
తన మేడపైనే హెలిప్యాడ్ ఏర్పాటు చేసుకుంటాడు
మా వాడికెప్పటికీ రాళ్లదెబ్బలు పడవు
వాడు కాయలు కాసే రకంకాదు
గొడ్డుచెట్టు
మా వాడు మా గొప్పవాడు
ఆత్మజ్ఞాని
ఎనలేని నెమ్మదస్తుడు మరి

కవిని నేను

జ్వలించే రవిని
ద్రవించే శశిని – కవిని నేను
పరవశిస్తాను
ప్రవహిస్తాను పరవళ్ళుతొక్కుతాను
పాత్రల్లో పరకాయప్రవేశం చేస్తాను
గహనాటవుల్లో అక్షరాల చప్పిళ్ళు పరచి
పదాలవారధులు కడుతుంటాను
ఓసారి నేనొక మత్స్యకారున్నవుతాను
జీవనజలధి కల్లోలాల్లో విహరించి
కలలవలలు విసరి
ప్రతీకల మీనుల్ని ఒడిసిపట్టి
కవితాసూపం సరసంగా వండుతుంటాను
ఓసారి నేనొక మట్టిబిడ్డనవుతాను
బతుకుపొలాల్లో స్వేదించి
అనుభవాల నాట్లువేసి
చీడపీడల్ని పారదోలి
కవనధాన్యం దండిగా పండిస్తుంటాను
ఒక్కోసారి నేను కుమ్మరినవుతాను
కలంసారె తిప్పి
బతుకు పచ్చికుండను తట్టి
కష్టాల వామి కాల్చి
భువనభాండాలు రచిస్తుంటాను

ఒక్కోసారి నేను చాకిరేవులో దిగుతాను
మాసిన తలలవలువలు పట్టి
మంచిమాటల ఉబ్బలో ఉడకబెట్టి
వెటకారపు బండకేసి ఉతికి
ఆలోచనల నీలిమందులో తేల్చి
చైతన్యపు కంచెలపై ఆరవేస్తుంటాను
ఒక్కోసారి నేను పద్మశాలినవుతాను
అక్షరాల మగ్గంపైన
పదాలపోగులు వడికి
భావాలవర్ణాలు రాసి
జీవనపీతాంబరాలు ఒడుపుగా నేస్తుంటాను
జ్వలించే రవిని
ద్రవించే శశిని – కవిని నేను
బిషక్కుని నేను
చూపుడువేలిని నేను
కషాయాన్ని నేను
జీవిత సారాన్నిసారాంశాన్ని నేను

నవ్వు అక్కడే ఉండు

నువ్వక్కడే నిలబడి అలాగే ఏడుస్తూ ఉండు
నా విజయం ఒక వరమంటూ
నా ఎదుగుదల ఒక లొసుగంటూ
తల బాదుకుంటూ
నోరు కొట్టుకుంటూ ఉండు
నా వాటా నాకు పోగా
మిగిలిన సాగరమంత దాహంలో
ఒక లోటా కూడా అందుకోలేని
నీ చేతగానితనాన్ని అలాగే వెనకేసుకో
అవున్లే నిన్ను నీవు సమర్థించుకోవడానికి
ఒక మిష అవసరం
నేనేదో పాముకున్నానని
నీదేదో అలముకున్నానని
శాపనార్థాలు పెడుతూ ఉండు
అరే జలగా!
సహస్రాబ్దాలుగా నువు తాగిన నా రక్తం తిరిగివ్వగలవా?
నువ్వు వటవృక్షం
నన్ను ఎదగకుండా అడ్డుకున్న అన్యాయం
వామనమూర్తి ఎవరో కాదు
నన్ను పాతాళానికి తొక్కిన నువ్వే
నీ పచ్చకామెర్ల కళ్ళతో నన్నలాగే చూస్తూ ఉండు

సమాంతర వాక్యం

అలాగే బతికేస్తుండు
చెట్టుపేరు చెప్పి కాయలమ్ముకుంటూ
ఈ లోగా నేను ఆకాశాల్ని వశపరచుకుంటాను
నువ్వు మాత్రం ఏడుస్తూనే ఉండు
నీ పరాజయానికి కారణాలు వెతుక్కోవద్దు
నీ బలహీనతల్ని తడమిచూసుకోవద్దు
నా ఆకాశాల్ని ఎన్నిసార్లు కాజేశావో మరిచావ్
నీ ఒడిలో నవనిధులు అదుముకుని
నేను తాగే గంజినీళ్ళకి దిష్టి పెడుతూనే ఉండు
పట్టు పీతాంబరాలు నువ్వు కట్టుకుని
నా గోచిపాతని చూసి యాకోరుతూనే ఉండు
పిల్లి శాపాలు పెడుతూనే ఉండు
మరీ అంత అన్యాయమని నీకనిపిస్తే
నువ్ చెరబట్టిన నా పుడమితల్లిని నాకిచ్చెయ్
ఈ బెత్తిలి కొలువులన్నీ నువ్వే అలముకుని పాముకుందువు గాని

నీకూ నాకూ తేడా

నాకు కొండంటే ఇష్టం
నీకు అద్దంలో కొండ అంటే ఇష్టం
నాకు రాళ్ళు ముళ్లతోటి మడడవులిష్టం
నీకు దూరపు కొండల నునుపులిష్టం
నువ్వు రాతిలో కొండని చూస్తావు
నేను కొండలో రాయిని చూస్తాను
నీకు ఒక మెరిక కావాలి
నాకు ఒకజాతి మొత్తం కావాలి
నువ్వొక శిఖరమెక్కిన పిచ్చి సుందరయ్యని చూపించి
వేనవేల కడుపులు కొడతావు
నేను జనసమూహాల్ని చంకనెత్తుకుని
వ్యక్తిగత వైభవాలను తోసిరాజంటాను
నవ్వు అదృష్టదేవతని ఆరాధిస్తావు
నేను కాయకష్టాన్ని నమ్ముకుంటాను
నువ్వు మేని నిగనిగలకోసం ఒళ్ళుదాచుకుంటావు
దాసులకు దాసోహమంటావు
నేను చెమటోడ్చి బండబారిపోతాను
నువ్వు మందపోతుని చూసి మిడిసి పడతావు
నేను బడుగు జీవాల్నీ
గొటుకు పిల్లల్ని చూసి జాలి పడతాను
నువ్వు దేవరపోతుని తీసి

ఊరి పంటపొలాలపై వదులుతావు
గంగిరెద్దు కష్టాలకి కన్నీళ్లొదుల్తావు
నేను దుక్కిటెద్ల అర్రులు చూసి అవిసిపోయి మందు రాస్తాను
నువ్వు అర్రు పొడుచుకు తినే కాకుల్ని పోషిస్తావు
నువ్వు కొండచిలువల కొమ్ముకాస్తావు
రాబందులకు రాయితీలిస్తావు
భూబకాసురల భజనచేస్తావు
నువ్వు మట్టిబిడ్డల గోడు వినవు గానీ
మార్కెట్ పులలకు మాత్రం మారటోరియం భేషంటావు
నీకు వ్యాపారం పరమపావన కార్యం
నాకది ఒక వస్తు పంపిణీ మాత్రమే
పనిదొంగల శయనమందిరం మాత్రమే
శ్రమశక్తి వృథా మాత్రమే
ఉత్పత్తికి పడిన గండిమాత్రమే
నీ పనిసిద్ధాంతం ప్రకారమే ఎత్తుకున్నా
నీకు నిష్కృతి సున్నా
నైర్మల్యమెత్తిపోయడం పనికాదు
భూతుస్తోత్రాలు వల్లించడం పనికాదు
గానాభజానా పనికాదు
తాళమేయడం పనికాదు
చిచ్చుపెట్టడం పనికాదు
పని అంటే పలవరించడం
పని అంటే స్వేదమై నిలువునా కరిగిపోవడం
పని అంటే పంటై పండిపోవడం
కర్మంటే కరిగిపోవడం

కవితశ్రీ

కర్మంటే ఘర్మజలమై స్రవించిపోవడం
కర్మంటే కడిగా మారి ఆకలిపేగుల్లో కరిగిపోపడం
జాతీదేశం భాషావేషం
కులం మతం మడీ నీ అస్త్రాలు
నీకు నెత్తిన చెయి పెట్టడమే అలవాటు
నీకు దేహీ అంటూ దేబరించడమే అలవాటు
నీకు మడిగట్టుకు కూచోడం అలవాటు
నీకు దూరం పెట్టడం అలవాటు
మరి నాకు చేరదీయడం అలవాటు
తలనిమరడం అలవాటు
కాలే కడుపులకు వెన్నపూసి ఆశ్వాసించడం నా అలవాటు

ఏం చేసింది...?

అవును అది కంటికి ఆనని పురుగే
ఒక అప్రాణి దిక్కుమాలిన పరాన్నజీవి
అదేం చేసింది?
ఏం చెయ్యగలిగింది?
ప్రవేశించికనే దడ పుట్టించింది
ఇక ప్రవేశించాక విలయతాండవమే
పురుగు కన్నా బూచి కకావికలం చేసింది
నెమ్ములిరిగి ఉసురు గాలిలో కలిసిపోయింది
కొంత ఉపశమించి
ఆఁ ఏం కాదులే అనిపించి
ఏమార్చి ఆకస్మికంగా గొరిల్లా దాడి చేసింది
ఓ పక్క శవాల గుట్టలు పోస్తున్నది
ఓ పక్క కుప్పలు పోగేస్తున్నది
బక్కప్రాణి నోరు నొక్కేసింది
బూచిని చూపించి
బలిసినోడు జాతర చేసుకుంటున్నాడు
విలువల వలువలు ఒలిచి పాతరేసింది
తెగ నిక్కిన శౌచ్యాన్ని మట్టికరిపించింది గాని
మట్టిచేతులకు అంటుకోలేకపోయింది
ఒకచోట నరమేధం
ఒకచోట క్షుత్పిపాసార్తనాదం

అది మనిషిని మాంసపుముద్దని చేసింది
ఇప్పుడు ప్రాణం నిత్యావసర సరుకు
అది బ్లాక్మార్కెట్లో సరసమైన బేరం
అది ఆక్రందనని నోటిలోనే కుక్కేసింది
కన్నీటిని కూడా రద్దుపరచింది
ఏడ్పులు పెడబొబ్బలిప్పుడు నిషేధం
అది ఏం చేసింది? దేనికి కారణమైంది?
ప్రాణానికి ప్రాణమైన ప్రాణం పోతే
ఒక బాష్పబిందువు రాల్చకపోవడం
ఇప్పుడొక రాజవిధేయత ఒకానొక సంస్కారం
ఇంత బతుకూ బతికి ఏ సంబరాలు లేవు
ఇన్నాళ్ల అన్యోన్యానికి కడసారి చూపులూ లేవు
ఆసుపత్రి నుండి నేరుగా కాటికే
ఆసుపత్రికైనా కాటికైనా ప్యాకేజీనే
ఆరడుగుల నేల లేక
చెత్తకుప్పల మాటున దాగిన అభాగ్య శాల్తీలెన్నో
నిన్న బుజ్జగించి బువ్వ పెట్టిన చేతులిప్పుడు లేవు
నిన్న మురిపెంగా ఉప్పు మోసిన భుజాలిప్పుడు లేవు
అకాల భాష్పధార ఎందుకు వర్షిస్తోందో తెలియక
ఆదుకునే ఆపన్నహస్తం లేక
నడివీధిలో ఒంటరిగా నిలబడి
పాలుపోక పసితనం వెర్రిచూపులు చూస్తోంది
ఇంకా అది ఏం చేసింది?
సందులో సడేమియాలకు దన్నై నిలిచింది
దమననీతికి రాచబాటలు పరిచింది

సమాంతర వాక్యం

ఎగసిపడే సునామీలను పాతాళానికి తొక్కేసింది
శిఖరాగ్రాల్ని రెండుచేతులా చరిచి కుదేలు చేసింది
విలువలిప్పుడు వెరీ ఫ్లెక్సిబుల్
అవి స్టాక్‌మార్కెట్లో ఎన్లిస్టు చెయ్యబడ్డాయి
ఏ క్షణంలోనైనా ఆన్‌లైన్లో ఒక్క క్లిక్కుతో
చప్పున కొనుక్కోవచ్చు, అమ్ముకోనూ అమ్ముకోవచ్చు

చూపుంటే...!

తను విజేత జగజ్జేత
తనది ఆషామాషీ విజయం కాదు
తను నిన్ను జయించాడు
నీ చరిత్రని జయించాడు
నీ సంస్కృతిని సమూలంగా తుడిచిపెట్టాడు
అందులో గొప్పేముంది? అంటావా?
తను నీ సంస్కృతిని కూడా జయించాడు
మరి గొప్పంటే అదీ
దైవసంకల్పం మరి
తనంటే మాటలు కాదు
నిన్ను నీకే కాకుండా చేయగలిగాడు
తన ఇంట్లో తగలాటం పెట్టి
తననే తన్ని అడవులకు తగలేసినా
ఆవిడగారు ఆరాధ్య దేవతే
అందగత్తె కాబట్టి, తన తల్లివరస కాబట్టి
పైగా అందులో పరమార్థం ఉందాయె
అతగాడు తన ఆడతనాన్ని మంటగలిపినా
తల్లితనాన్ని కోసి కుక్కలకేసినా
ఆ బాధిత అది రాకాసిముండే
నీ చెల్లి కాబట్టి
పైగా అది అసాంఘిక శక్తాయె

సమాంతర వాక్యం

తను పడచుదనాన్ని క్షణాల్లో పాతివేసినా
అది న్యాయమే
వైష్ణవమాయ మరి
నువ్వు పాతివ్రత్యాన్ని ఏళ్ళపాటు కాసినా
అది అన్యాయమే
నీది రాక్షసకాండ మరి
తను నీ రక్తంలోకి చొచ్చుకుపోయాడు
చాపకింద నీరులా
తన మాటకి తేనే పూసినా
విషం రాసినా
ధర్మదేవత తక్కెడ తనవైపే మొగ్గుతుంది
అనాదిగా నువ్వు తన కంటితోనే చూస్తున్నావు
తన చెవితోనే వింటున్నావు
తన చూపూ
తన గొంతూ
నీ కెప్పటికీ కొరకరాని కొయ్యలే
నీకు నీ గొంతంటూ ఎక్కడేడిసింది?
సకృత్తుగా నీ గొంతు పెగిలినా
తను దాన్ని లోకసంచారం చేయనిస్తాడా ఏంటి?
నీ గొంతుది ఎన్నటికీ అరణ్యరోదనే
నీది ఎప్పటికీ నిషిద్ధాక్షరమే
ఐనా నీ కంత దృశ్యమెక్కడుంది?
తన గొంతు పట్టుకోడంలోనే
నీ పుణ్యకాలం గడిచిపోయె
నువ్వు నిజంగా తన గొంతుని గనక గుర్తిస్తే

బెస్తవాడు బెస్తవాడూ కాదు
బోయవాడు బోయవాడు అంతకన్నా కాదు
ఇద్దరికిద్దరూ ఒక్కళ్ళే. అగ్రగణ్యులే
చేయించిన కథాయణమంతా
నిన్ను తన్నిన వాడి తలదన్నడానికే
నిన్నాడంచిన వాడి జుట్టు పట్టి
తన అరచేతిలో ఇరికించుకుని ఆడించడానికే

శిల్పసౌందర్యం

సృష్టికాంక్షాతుర పరాకాష్టలో
సార్థదైహికదాహంలో
బడబానలజ్వలనంలో
అలమటలో అలసటలో
ఘర్మద్రవ్యమై
అరూపకంగా
అగోచరంగా
మాతృగర్భంలో జారిపడ్డాను
త్వగ్రహిత మాంసఖండమై
శూన్యంలోంచి
గండశిల ఊడిపడ్డట్టు
బండరాయినై
భువిపై అవతరించాను
ముఖాభావినై
పదహస్తరిక్తస్వరూపంతో
భాషా భావం లేక
హృదయశూన్యుడనై
నిరాకృతినై
నిరాకృతున్నై
ఇక్కడే ఎక్కడో మొలిచి నిలిచాను
తన శీతలశశికాంతదృక్కులతో

కవితశ్రీ

అపరరాత్రుల కరిగి
ద్రవించి స్రవించే గండశిలలా
అమ్మ నన్ను నీరవనీయం చేసింది
ఆపై నాన్న అందుకున్నాడు
మాటల ఉలులతో
చేతల శానాలతో
నన్ను శిల్పించడం ప్రారంభించాడు
ఆకలి అన్నం నీరు నిప్పు
చెట్టు చేమా పిట్టా పుట్టా
తడి మడి బడి కాడి మేడి
ఎన్ని ఉలులు
ఎన్నెన్ని శానాలు తపించాయో
ఈ ముతకశిల
ఒక రూపం సంతరించుకోడానికి
ఇంతలో అపసవ్య పయనం వింతలు చేసింది
ఫలితం ఈ హృదంచిత సుందరశిల్పం
సవ్యదిశలో సాగిపోయుంటే...
ఎంత బండబారిపోయున్నో...!
ఎంత స్వేదం ఆహరించున్నో...!
ఎంత రక్తం పీల్చివేసేసున్నో...!
ఈ మలుపు తిప్పినందుకు
అందుకు ఆ అపసవ్యశాస్త్ర మహాశయులకు కృతజ్ఞుణ్ణి

ఎందుకో మరి

నన్ను చూస్తే లోకం కళ్ళలో
కుంపట్లు రాజేసుకుంటుంది
ఎందుకో మరి
మొహం సట్టిలో
నూకలుడికిస్తూ చిమిడిపడతుంది
నా రెక్కలు ముక్కలు చేసుకుని
తన పొలంలో
మొలకనై పురుడుపోసుకున్నందుకా?
నా స్వేదంతో తడిపి
తన గరిసెలో పసిడినై పండినందుకా?
నా ఒళ్ళు పచ్చిపుండు చేసుకుని
గరిసెల్లో మసకల్లో తన కుతి తీర్చినందుకా?
చిటికెడు విజయం వెనక
బెత్తెడు తోక కనపడితే
నా జాతి నా దేశమంటూ
పొంగి పోతావే
రెక్కలు గుద్దుకుని
ధూందాం చేస్తావే
కోట్లకు కోట్ల ప్రజాధనం కుమ్మరించి
ప్లాట్లకు ప్లాట్లు అప్పనం చేసి
ఎకరాలకెకరాలు కైంకర్యం చేస్తావే

మరి నేను మన జాతిని
ఎవరెస్టు పైన నిలబడితే
నీ కంటికెందుకు ఆనలేదు?
నీకెందుకు అంత అలుసైంది?
నా చెమట ఎందుకు
అంత చేదయ్యింది
నా రక్తం ఎందుకు
అంత విలువ లేకుండా పోయింది?
నేను మెరిస్తే
నీకు తేలు కుట్టి సలపరిస్తుందెందుకన్నా?

(భారత మహిళల హాకీలో దళితులు ఉన్నందువల్లే ఓడిపోయారంటూ భారత ఓటమిని సెలబ్రేట్ చేసుకుంటూ కొన్ని సామాజిక వర్గాలవాళ్ళు భారత క్రీడాకారిణి వందనా కటారియా ఇంటి వద్దకు వచ్చి చేసిన అమానుష చర్యకు నిరసనగా)

నువ్వున్నావన్న ఆశే లేదు

పురిటి గూట్లో కెవ్వుమన్నప్పుడే
నీ బతుకు ఒకడి మొగసాల చెరసాల్లో పడింది
జాతకకథనమై తన గుప్పిట ఇరుక్కుపోయింది
నిన్ను ఏ అక్షరాలతో సంకేతించాలో
ఇక బారసాల నుండి బరువులు దించే వరకు
నువ్వు ఏ అడుగు వెయ్యాలో తనే శాసిస్తాడు
నీదంటూ ఏది ఉంది చెప్పు?
నీ బుర్ర నిండా తనే నిండిపోయాడు
ఇంకా నువ్వు ఎక్కడున్నావు?
నీ జుట్టు గుప్పెట్లో అట్టి పెట్టుకున్నాడు
నీ బుద్ధి జీరంగిపిట్ట మెడకి
తన వాదం దారం కట్టి ఆడిస్తున్నాడు
ఈ నాగరికత ఏదో ఇలా బ్రతికేస్తోంది గానీ
నువ్వున్నావన్న ఆశేలేదు
నువ్వు తన గాట్లో పశువువి
నువ్వొక కల్లు తాగిన కోతివి
నువ్వంటూ ఎక్కడున్నావో చెప్పు?
చేతల్లో ఉన్నావా?
రాతల్లో ఉన్నావా?
తను తన బతుకు తెరువు కోసం
బెల్లి మాటలు చెప్తాడు

కవితశ్రీ

కడుపులో చల్ల కదలకుండా
బతకడం తన ఆదర్శం
తన ఆదర్శాల కోసం నువ్వు నామరూపాల్లేకుండాపోయావ్
నువ్వంటూ ఒకడున్నావన్న ఆశే లేదు.

అపార్థశైలి

విశ్వాస స్వచ్ఛ జలాలతో
గలగల పారాల్సిన బతుకు సెలయేట్లో
అర్థం ఒక్క పాలు
అపార్థం తొంభైతొమ్మిది పాళ్ళు
ఐతేనేం ఈ ఆరాటం కొనసాగుతుంది
ఏ ఆర్తజీవులో ఏ స్వర్గసీమల కోసమో
వెంపర్లాడుతున్న సమయంలో
బక్కప్రాణియై పొడసూపుతుంది
ఎక్కడో ఏ గమ్యాల కోసమో
ప్రాకులాడుతున్న సమయంలో
అనుకోని మలుపులు తీసుకుంటుంది
మరి జీవితం అపార్థరసకందాయమే కదా
తాను ఏ సత్యావిష్కరణ కోసమో
తపిస్తున్న సమయంలో
అభాండాలు తనని కౌగిలిస్తాయి
ఏ సంజాయిషీ కోసమో తను
తడుముకుంటున్న సమయంలో
ఘోరనేరాలు తనతో అంటుగడతాయి
మరి తను అపార్థాల ప్రియనేస్తమే కదా
తన గుండెల్లో ఊసులగువ్వ గుడ్లు పొదగీపొదగకనే
తన మాటలబండి పెదాల టోల్గేట్లు దాటీదాటకనే
ఏ దిక్కూ తను కళ్ళవాకిళ్ళు తెరవకనే

ఎటువైపూ తను బేలచూపులైనా సారించకనే
తనకు తెలియకుండా
తన నిశ్చల ముఖకవలికల గుండా
తను ప్రసరించిన
అర్థబాహుళ్యం పొలిమేరలు దాటిపోతోంది
ఇంతకీ
తను ముందు పుట్టిందో
అపార్థం ముందు పుట్టిందో
విశ్వాస స్వచ్ఛ జలాలతో
గలగల పారాల్సిన బతుకు సెలయేట్లో
అర్థం ఒక్క పాలు
అపార్థం తొంభైతొమ్మిది పాళ్ళు
ఐతేనేం ఈ పోరాటం కొనసాగుతుంది

గచ్చులోడు

వాడి పేరే గచ్చులోడు
వాడి కళ్ళలో నుండి
అబద్ధాలు తొంగితొంగి చూస్తుంటాయి
వాడు కన్నెత్తైనా చూడ్డు
చూస్తే ...
నిజాలు అపవిత్రమైపోతాయి
వాడు నోరే తెరవడు
తెరిస్తే ...
సొల్లు కంపుకొడుతుంది
వాడు పెదవి విప్పి మాట్లాడ్డు
మాట్లాడితే ...
గచ్చులు రాలి నేలపడతాయి
వాడు నవ్వనే నవ్వడు
నవ్వితే ...
అబద్ధాలు వెక్కిరిస్తాయి
వాడు నోరు తెరిచినప్పుడల్లా
నన్ను బురిడీ కొట్టించాడు
వెర్రిపప్పని చేశాడు
ఐనా వాడిని నమ్మాను
నమ్ముతున్నాను
నమ్ముతూనే ఉంటాను
అది నాకు సరదా ఐపోయింది

కవితశ్రీ

ఎందుకంటే ...
వాడు ... మనిషి
వాడి గుండె లోతట్టుల్లో
నకనకలాడే ఒక కడుపుంది

ఇంతకీ ఏం జరిగింది...?

ఇదివరకు ఏం జరిగింది?
మనిషి చేసిన పయనం ఏది?
మన పదజాలం ఏమంటోంది?
చరిత్ర సారం సారాంశం ఏమిటి?
కళ్ళకు కట్టిన కనికట్టు గంతలు
తొలగించి చూసినవాడు ఎక్కడ?
ఇన్నాళ్ళూ దుర్మార్గం శరణాగతిశాస్త్రం
సన్మార్గం నిషిద్ధపద్ధతి
మూలవాసి పశుపతిని స్మశానం పాలుచేసి
వలసవాదియై విష్ణవించినవానికి పట్టం కట్టారు
ముత్తైదువ పెద్దమ్మని పేదమ్మని చేసి
రంగులు మార్చే జవరాలుని రొమ్ముమ్న దాల్చారు
చరిత్రలో
ఇదివరకూ జరిగినదంతా ఘోరమే
సత్కార్యమని తలచినదంతా నేరమే
మూలవాసిని మట్టుబెట్టడం
ఒక భాషని
ఒక భావజాలాన్ని
ఒక రీతిని ఒక నీతిని
ఒక జాతిని
తన కట్టుబొట్టుని

కవితశ్రీ

ఆలోచనాసరళితో సహా
కూల్చివెయ్యడం సనాతనధర్మమైంది
చరిత్రలో తిమ్మిని బమ్మిని చేశారు
సురసారా పీపాలేసిన సారాజులని దేవుళ్ళన్నారు
సారా నిషేధించుకున్న సన్మార్గుల్ని అసురరక్కసులన్నారు
ఒకనీతిని కూల్చివెయ్యడం కోసం
ఒకడి చేత
ఆడతనం ఆనవాళ్ళు తెగ్గోయించి సజ్జనుడన్నారు
ఒకడు ప్రతీకారం కోసం పరస్త్రీని చెరపట్టి
ముట్టుకొనక మూడేళ్లు నిగ్రహిస్తే కుజనుడన్నారు
తన తెలివితేటలతో స్వజాతిని కాస్తే
దెబ్బకు తాళలేక వాడికి పదితలలని మొత్తుకున్నారు
పదజాలం ఇంకా పచ్చిపచ్చిగానే ఉంది
ఇతిహాసం స్పష్టంగానే చెబుతోంది
కానీ గొంతులో జీరలు పలికిస్తోంది
కొన్ని కొన్ని నేరుగానే చూపిస్తుంది
కానీ కళ్ళకు గంతలు కడుతుంది
చరిత్ర దారుల్లో వెతుకుతూ పోతున్నప్పుడు
నువ్వు జాగ్రత్తగా అడుగులు వేయాలి
ఒక వేలితో ఒక కంటికి చూపి
ఇంకో వేలితో పక్క కన్ను పొడిచేస్తుంది
ఊతం ఇచ్చినట్టే ఉంటుంది
ముందు గోతులు తీసేస్తుంది
సారాంశం దక్కినట్టే కనిపిస్తుంది
సంక్లిష్టం చల్లగా చావుకబురు చెబుతుంది

కస్తూరి విజయం

సమాంతర వాక్యం

మూలాలు తెలిస్తే బలాబలాలు బేరీజువేసుకోవచ్చు
ఇదివరకు ఎక్కొచ్చిన శిఖరం నుండి
గతం లోయల్లోకి తొంగి చూస్తే
ముందు బాటలు ఎలా పరచుకోవాలో తెలిసిపోతుంది

విజయ వైరాగ్యం

నిజమే నీది పోరాటమే
బతుకుపోరులో కుక్కల్లా కాట్లాడి
చిరిగిన విస్తరి సాధించినట్లు
మెతుకు నోటికి అందేటప్పుడు
నిన్ను చూసుకుని
సొంగ కార్చే నాలుకల్ని తేరిపారచూస్తే
నీ విజయంపై నీకే రోత పుడుతుంది
ఈ ప్రవాహం ఈదితేనే మెతుకు
ఆవలి గట్టుకు చేరితేనే బతుకనుకుని
ముప్పతిప్పలు పడి
తీరా ఆవలిగట్టు చేరుకున్నాక
ఈవలి తీరంలో
దేబరించే కళ్లను చూస్తే
నీ బతుకు నీకే కంపు కొడుతుంది
చేరలేని
ఒక శిఖరం అధిరోహించాక
వెనక్కి తిరిగి చూస్తే
దేహీ అని దీనంగా దేబరిస్తూ ఎగజూసే కళ్ళను చూస్తే
సిగ్గుతో నువ్వు తప్పకుండా తలదించుకుంటావు
నీలో మనిషితనం ఇంకా మిగిలి ఉంటే

కల వస్తుంది

కల వస్తుంది
వేలుపట్టి బతుకుసాగుని నేర్పిస్తుంది
పచ్చని పైరు పీక పిసికేసి
పొలమంతా అల్లుకున్న
కలుపు గుట్టు విప్పి చెబుతుంది
కలుపు మొక్కల్ని ఏరేసి
ఆరోగ్యంగా సమంగా
పంటని పెంచడమెలాగో నూరిపోస్తుంది
కల వస్తుంది
నీడ నున్న మొక్కల్ని తొక్కేసి
బలిసిపోయిన మఱ్ఱి రహస్యం చెబుతుంది
మఱ్ఱి ఊడల్ని తెగనరికి
గౌటుకుమొక్కలని ఎదగనివ్వడమెలాగో వివరిస్తుంది
కల వస్తుంది
వెలుగురేఖల గొంతు నొక్కేసి
అలముకున్న చీకట్ల దుర్మార్గం చెబుతుంది
చీకట్లని పారద్రోలి
వెలుగుల్ని నింపడమెలాగో స్పష్టంగా చెబుతుంది
కల వస్తుంది
కలలు కనమంటుంది
కలలుగనే వారితో కలిసి నడవమంటుంది

తొలుచుకునే కొద్దీ...!

ఆ చల్లని చైతన్యధామం నుండి
ఊడి పడ్డాక
చిట్టి పుట్టగోచి పెట్టింది మొదలు
అహం
అహంకారం
అమాయకత్వం
తరగతులు తరగతులుగా తాగేస్తుంటే
నిన్నటి వరకూ
నేనెవరో నాకు
స్పష్టంగా తెలిసినట్టే ఉండేది
హరప్పా వంశాంకురమనో
ఆటవిక
ముద్దుగుమ్మననో
ముదురు ములక్కాడననో
రాబందుల ప్రగతి శకటచక్రాల కింద
ఇష్టంగా నలిగిపోతున్న నల్లేరుననో
ఒకానొక ఎరుక
నిటారుగానో
తల వేళ్ళాడేసుకునో ఉండేకైతే ఉండేది
నిలువెల్లా ఒక గండశిలలా
అంతా గడ్డకట్టిపోయినట్టుండేది

ధ్రనించడం ఎక్కడ మొదలైందో గాని
నీరుగా మారేకొద్దీ
నీరవమై పారేకొద్దీ
నేను బీజాన్నో
భూమితల్లినో కూడా తెలియని
ఒకానొక మహత్తు ఒకటి నన్నావహించింది
అహపు ఇటుక రాళ్లతో
నన్ను నేను పేర్చుకుని పేర్చుకుని
తడిలేనిగోడలా నింగినంటే బదులు
అక్షరశానాలతో నన్ను నేను
తొలచుకుని
కొంచెం కొంచెమే తొలగించుకుని
నన్ను నేను
ఒక సజీవశిల్పంగా మలచుకుంటున్నాను
ఇప్పుడు నాకు కొలతలు లేవు
కొలమానాలు లేవు
కానీ
నాకంటూ ఒక ఆకృతి ఉంది
ఒక పరిమాణం ఉంది
ఎడతెగని పరిణామముంది
ఇప్పుడు నాకు అయినవారు లేరు
ఆప్తుల్లేరు
భటుల్లేరు
భజనపరులు అసలే లేరు
కానీ

ఏలుకోడానికి
నాకొక రాజ్యం ఉంది
శాసించడానికి
నా చేతిలో ఒక కరవాలం ఉంది

నగరమా! నీకు నమస్తే!

నగరమా! నీ నేస్తానికి నమస్తే!
పురిటిగడ్డపై బతుకు భారమై
కరువు కోరల్లో లొంగిపోయి
కడుపాత్రాన కుంగిపోయి
అభిమానం చంపుకుని
పొట్ట చేతబట్టుకొస్తే చేరదీసావు
వరటిపోయిన పేగులకింత చలవజేశావు
ఎలాంటిదైతేనేం లే
నీ పంచన ఇంత చోటిచ్చావు
ఈ దిక్కులేని పక్షులకు
దానిపై పెద్దగా ఫిర్యాదులేం లేవులే
నీ ఔదార్యానికి ఫిదా అయ్యాం
నీ దొడ్డబుద్ధికి సలాం కొట్టాం
నీ మేలుకు కృతజ్ఞతగా
మా కండల్ని తర్పణ గావించాం
నీ గేటుకు గులాములయ్యాం
నీ బస్తీలో డ్రైనేజీలై పారాం
ఫ్లైయ్యోవర్లై నీ అడుగులకు మడుగులొత్తాం
మా ఘర్మజలంతో నీ ఫ్లోరుకు నునుపులద్దాం
మా రక్తంతో నీ గోడలకు సప్తవర్ణాల్ని పూశాం
నీ యింటి జెండాని మేఘాల్లో ఎగరేశాం
ఇంకా ఇంకా ఎన్నెన్నో...!

కవితశ్రీ

తిన్నామో పస్తులున్నామో
మాకేం కాదని నువ్వున్నావని
ఎదల్లో భరోసామొలక ఏదో బలంగా నాటుకున్నాం
ఎద్దీనుతుందంటే నమ్మే బాపతులం కదా
ఇంతలోనే నీ రంగు బయటపడింది
నీ ప్రేమ పైపూత కరోనాలో కరిగిపోయింది
మాకు తెలుసు నీ సిద్ధాంతం
తన్నుమాలిన ధర్మం మొదలుచెడ్డ బేరం
నువ్విచ్చిన భరోసాల ధీమాలూ
ఏలికల బీమాల ఎండమావులు
చట్టాలూ చట్టుబండలయ్యాయి
ఇప్పుడు
కాళ్ళీడ్సుకుంటూ సొంత గూటికి బయల్దేరితే
ఇన్నాళ్ళూ సందర్భశుద్ధిగా
కీలెరిగి వాతబెట్టిన
ప్రజారవాణా నెరజాణ చల్లగ జారుకుంది
భక్తుడికి బోడిగుండు మిగిలినట్టు
చిల్లులువడ్డ జేబుల్తో
వడదిప్పుతున్న పేగుల్తో
పేగుబంధాల్ని భుజాలపై వేసుకుని
బతుకుబంధాల్ని నెత్తిపై మూటగట్టుకుని
బయలుదేరాం
ఈ మహాప్రస్థానంలో...
పోలీసు పరిభాషల పరిమళాలాఘ్రాణిస్తూ
లాఠీల మహాప్రసాదాలు హుందాగా స్వీకరిస్తూ

చెక్పోస్టుల సరసాలు అనుభోగిస్తూ
మూకుమ్మడి శానిటైజర్ స్నానాల్లో పునీతమౌతూ
ఊరూరా పొలిమేరల్లో ఎదురొస్తున్నది
ఆపన్న హస్తమో
క్వారంటైన్ కేళీవిలాసమో
ఎరక్క నిలువునా విరిగిపోతూ
ఏలినవారి దయాభిక్షలారగిస్తూ
సెగలు కక్కుతున్న నల్లనాగు పడగలపై
చెట్ల పక్కగా పుట్ల పక్కగా
గుట్టల చాటున కొండల మాటున
నదుల మీదుగా మహారణ్యాల మధ్యగా
పెద్ద పెద్ద అంగలేసి నడుస్తున్నాం
నీ సాహచర్యాన్ని నెమరువేస్తూ
వగర్చుతూ నిట్టూర్పులూరుస్తూ
సోలిపోతూ తూలిపడుతూ
నడుస్తున్నాం నడుస్తున్నాం
ఓ మహానగరమా! ఇక సెలవు. నమస్తే!
గతించిపోకుండా గమ్యం చేరితే
మహమ్మారి కనికరిస్తే
మళ్ళీ కలుస్దాం
తప్పకుండా
మరో ఘోరకలిలో...!

సమాంతర వాక్యం

ఒక ప్రపంచం
ఎవడో ఆకొన్న కూడు కబళించి
కడుపులో చల్ల కదలకుండా
కలకాలంగా వెలిగిపోయింది
మరో ప్రపంచం
బతుకంతా పచ్చిపుండులా స్వేదించి
నోటికడి చేజార్చుకుని
అనాదిగా
చిమ్మచీకట్లో
కబోది పక్షిలా వెళ్ళాడుతోంది
ఇప్పటి వరకూ
తిష్టజీవనం సంచితపుణ్యం
కాయకష్టం జన్మజన్మలపాపం
పాము కప్పని మింగడం ప్రకృతిధర్మం
శ్రమహరణం శరణాగతిశాస్త్రం
కష్టజీవి కష్టాలపై కర్మసిద్ధాంతం ప్రతిష్ఠించబడింది
జింకపిల్లని వేటాడ్డం
పెద్దపులి జన్మహక్కైంది
దాస్యం ఆడతనమైంది
ప్రపంచం పౌరోహిత్యం చుట్టూ చక్కర్లు కొట్టింది
దమననీతి దర్జాగా రాజ్యమేలింది
తరతరాలుగా

సమాంతర వాక్యం

తత్వం తవకల్లో చిక్కుకుంది
ఓ పక్క
చీకట్లని చీల్చే కార్యం
వెలుగుల వైపు పయనం
నిర్విరామంగా విజయంచేస్తున్నా
ఇంకా
చీకటి ప్రపంచపు పొలిమేరలు కూడా దాటలేదు
ఏదో చూపించేశారని
తెగ సంబరపడిపోయాం గానీ
ఇంతవరకు చూపిందంతా నాణానికి ఒకవైపే
మనం చూడాల్సింది – మరోవైపు
అది అలాగే బాకీ ఉంది
ఇంతవరకూ నడచిందంతా ఏకధ్రువ ప్రపంచమే
నడవాల్సిన ప్రత్యామ్నాయ ప్రపంచం మరొకటుంది
ఇంతవరకూ విన్నదంతా వక్రీకృత వాక్యమే
అవశ్యం వినాల్సింది
ఎవడూ వినిపించకపోయినా
చౌరవతీసుకు చదువుకోవాల్సింది
ఇంకొకటుంది – సమాంతర వాక్యం

నాడు – నేడు

నా...డు
పిల్లగాలి సైతం
సరదాగా ఈల వేసేది
పందిరెక్కి పాటుపడేది
నేడు
ఝుంఝూమారుతం సైతం
పత్తాలేదు
ఏ కొండగుహలో
ప్రాణభీత్తో నక్కిందో మరి
నా...డు
పిల్ల కాలువ సైతం
గలగలా పాటలు పాడేది
పెత్తనాలు చేసేది
మైదానాల్ని ముంచెత్తేది
నేడు
కలశాబ్ది సైతం
ఉస్సురని నిశ్శబ్దమైపోయింది
అలలనరాల్ని ఉగ్గబట్టి
బిక్కుబిక్కుమంటోంది
నా...డు
దీగూట్లోని చిట్టిదివిటీ సైతం
పండు వెన్నెలలీనేది

సందడిసందడిగా పండుగ చేసేది
నేడు
రవిబింబంబు సైతం
ఉపమింప
మిణుగురై ముడుచుకుపోయింది
ఆత్మరక్షణలో పడి అల్లలాడిపోతోంది
నాడు
నింగీ-నేల ఇష్టంగా ఒక చోట కలిసేవి
చెట్టాపట్టాలేసుకు ఊసులాడేవి
నేడు
నేలకు నింగికీ అంతే దూరం
నా...డు
అన్నవృక్షశాఖాంతారాల నుండి
అప్పుడొకటి అప్పుడొకటి
పండుగాయలు రాలిపడుతుండేవి
నేడు
మాయావి ముసలమేదో ముంచుకొచ్చి
కన్నులు తెరవని కసుగాయలు సైతం
కుప్పలు తెప్పలై
జలజలా జారిపడుతున్నాయి
నాటి పన్నీటి వేడుకల్ని
నేటి కన్నీటిబొట్లుగా రాల్చుతూ
టపటపా రాలిపోతున్నాయి
మరి నాడా...? నేడా...?

వస్తు సంస్కృతి

ఇది నయా వలసవాదం
ఇప్పుడు యుద్ధం రాజ్యం కోసం కాదు
వ్యాపార సామ్రాజ్యం కోసం
ఇక్కడ సమరం చేసేది తూటాలతో కాదు
మాటలతోనే
అది కూడా తేనెపూసిన తియ్యని మాటలతోనే
నీ శ్రేయస్సుని కోరుకుంటున్నట్లే
ఇప్పుడు నువ్వు చేయవలసినది ఒక్కటే
హక్కులు అడగకుండా
కుక్కలా బిస్కెట్లు తింటూ పోవడమే
వాడి దోపిడీ వ్యూహంలో ఎద్దులా కష్టపడి
పాపం నీ మనసుకంటకుండా
అలసట నీ దరిచేరకుండా
క్లబ్బుల్లో పబ్బుల్లో పీకలదాకా తాగి
అవసరమైతే పక్కలు కూడా అక్కడే పరుచుకుని
మత్తు దిగాక
జేబీ శుద్ధి చేసుకుని
ఒళ్ళు దులుపుకొని పోవడమే
ఇప్పుడు శత్రువు మాటువేయడు
మారువేషంలో రాడు
ఈల వేసుకుంటూ ఎదురుగా దర్జాగా వస్తాడు

సమాంతర వాక్యం

నీ పక్కనే ఉంటాడు
నీతోనే వస్తాడు
జలగలా నీలోనే ఉండి
నీకు తెలియకుండానే నీ రక్తం పీల్చేస్తాడు
నీ చేతి నుండి ఏదీ లాక్కోడు
నీ చేతికే వస్తువులిచ్చి
కంతుల లెక్కన నిన్ను అంతం చేస్తాడు

ఎంటర్ప్రెన్యూర్

తను నక్క గుంటనక్క
పులిని చూసి వాతలు పెట్టుకున్నాడు
ఆలికోసం కాదు చూలుకోసం కాదు
ఆకలి కోసం అసలే కాదు
కొంపలు కూల్చే దూలతీరడం కోసం
కోట్లకుప్పలపై బ్రహ్మరాకాసిలా తిష్టవేయడం కోసం
అప్పూసప్పూ చేశాడు
డిష్యుమ్మంటూ పబ్లిక్ ఇష్యూకొచ్చాడు
ప్రజాధనం వాడి తాతసొమ్ములా
దర్జాగా జేబులో వేసుకున్నాడు
లాభమైనా నష్టమైనా
వాడి జల్సాలకేమీ కొదవలేదు
ఏసీల్లోనే ఉంటాడు
పీకలదాకా పూటుగా తాగి
క్లబ్బుల్లో పబ్బుల్లో తూలుతుంటాడు
ఏమైతేనేం
పెట్టుబడి ఊబిలో పీకల్లోతుల్లో కూరుకుపోయాడు
నష్టాల్లో అప్పులు పేరుకుపోతున్నా
రొటేషన్లతో లాగించేస్తుంటాడు
వాడికి ఆకలి పట్టదు
ఆరోగ్యం పట్టదు
చెడుదీబదుది మెక్కడమూ

పక్కవాడి నోట్లో కుక్కడమే తెలుసు
వాడి ఉత్పత్తులకు ఉచితానుచితాల్లేవు
నాకేం కావాలో వాడికవసరం లేదు
ఆకలి లేక
అజీర్తితో అల్లాడుతూ పళ్ళు ఈలకరచినా
బలవంతాన నా నోరు తెరిచి
తన ఉత్పత్తులు నా గొంతులో కుక్కుతాడు
అదేమంటే
సంపదసృష్టని వయ్యారాలుపోతాడు
మళ్లీ మాట్లాడితే నేను వెనక్కి నడుస్తున్నానంటాడు
నాది గతకాలభ్రాంతి అని నిందిస్తాడు
జీరో డౌన్ పేమెంట్ అంటాడు
నో కాస్ట్ ఈయెమ్మై అంటాడు
ఒకటి కొంటే రెండుచితమంటాడు
నా నోరూరిస్తాడు
వాడి కశ్మాలపు ప్రాడక్టులన్నీ నా కంటగట్టి
వాయిదాల్లో నా ప్రాణవాయువులు పీల్చేస్తాడు
తప్పదు మరి
వాడు నన్ను బలి చేయాల్సిందే
లేదంటే వాడు బలి కావాల్సిందే

అక్షర భస్మాసురం

అరుణాంశువు అండలేని అంధయుగాల్లో
కంటిచూపు కరువైన కటికచీకటిలో
ఎన్ని కలలు గన్నావో
ఎన్ని తరాలు తపించావో గాని
అక్షరబీజం నువ్వే సృష్టించుకున్నావు
ఎన్ని ఏళ్ళు కడుపున మోశావో గాని
అక్షరాన్ని నువ్వే ప్రసవించావు
ఎన్ని యుగాలు నీ ఒడిలో పెంచావో గాని
అక్షరానికి జీవశక్తులు నూరిపోశావు
అందుకు నీకు ప్రణమిల్లి తీరాల్సిందే
అక్షరకాంతిలో నువ్వు వెలిగిపోయావు
నువ్వు అక్షరాన్ని తీరా కనిపెంచాక
అక్షర రోచిస్సులు చూసి విస్మితుడయ్యావు
అక్షర వర్ణాకృతులు చూసి వివర్ణుడయ్యావు
నీ సృష్టిని చూసి నీవే దడుసుకున్నావు
అనంత అక్షరశక్తి నీకు బాగా తెలిసొవచ్చింది
అందుకేనేమో అక్షరమని సరిగా పేరు పెట్టావు
నీది అక్షరకులంగా చెప్పుకున్నావు
అక్షరాన్నే నీ ఆయుధంగా మార్చుకున్నావు
అక్షరమిచ్చిన మేధశ్శక్తితో
కండకావరాన్ని పట్టి కరిగించావు
ముష్టిబలం మెడలు వంచి కొమ్ములు విరిచావు

అక్షరం పేరు చెప్పి దోర్బలాన్ని దండించావు
ఉద్దండమైన కరవాలాన్ని అనామకం చేసి
నీ మంత్రదండం ఆడించావు
ఇన్ని చేసీ నీవు అక్షరగుణం చూసి భీరువయ్యావు
అదిగో అక్కడే నీలో స్వార్థం పుట్టుకొచ్చింది
అక్షరమే అన్యాక్రాంతమైతే...!
నేనేమౌతానో నని భీతిల్లావు
నీ అర్ధాంగితో సహా అన్యుల కంటబడకుండా
అక్షరాన్ని అడవుల్లో బంధించావు
గురుకులాలంటూ అందమైన పేర్లు పెట్టి
అక్షరాన్ని యుగయుగాలు దాచి ఉంచావు
అక్షరమే తిని ఆకలి తీర్చుకున్నావు
అందరికీ ఆసరా కావాల్సిన
అక్షరాన్ని నీతోనే అట్టిపెట్టుకున్నావు
అక్షరకన్య పరాయి పురుషుని పరికించి చూస్తే
వాడి చెవిలో పెద్దపల్లేరుగాయలు పోశావు
బండచెక్కలతో ఒత్తి చంపావు
సశరీరనరకం చూపించావు
అక్షరలక్ష్మి అన్యున్ని కౌగిలిస్తే
వాడి చెవిలో లక్క కరిగించిపోశావు
భూమిపైనే చుక్కలు చూపించావు
అయినా ఏం లాభం?
నీవు దాచిన కొద్దీ అక్షరం నిక్కి నిక్కి చూసింది
నీవు అణచిన కొద్దీ అక్షరం ఎగిసి ఎగసి దూకింది
అక్షరం అఖిల జనులనూ ముద్దాడింది

అది మొదలు ఎన్నోసార్లు నీ మంత్రదండానికి
అక్షరం కళ్ళు బైర్లు కమ్మించింది
ఎన్నోమార్లు నీ యంత్ర కరవాలానికి
అక్షరం కళ్ళు మసకలువారించింది
అన్యాక్రాంతమైనప్పటి నుండి
అక్షరాన్ని నీవు భరించలేకపోతున్నావు
అడుగడుగునా అక్షరాన్ని నువ్వు నిషేధిస్తున్నావు
నిత్యం అక్షరమేధం గావిస్తున్నావు
అక్షరాన్ని నువ్వు అంతం చేసేకొద్దీ
అక్షరంలోంచి అక్షరం కోటానుకోట్లై ప్రభవిస్తున్నది
అక్షరం ఇప్పుడు నిన్నే కబళిస్తున్నది
చూడు నువ్వు తీసిన గోతిలో నువ్వే పడ్డావు
అందరికీ అమృతదాయిని ఐన అక్షరం
నీ పాలిట మాత్రం అభినవ భస్మాసురుడైనది
ఇప్పుడు అక్షరభస్మాసురుడు ప్రళయోన్మాదుడై లేచాడు
తన ఉదగ్రహస్తం చాస్తూ కరాళనృత్యం చేస్తూ
నీ పైపైకి ఉరికి వస్తున్నాడు
ఇక ఏ పాతాళంలో దాక్కుంటావో దాక్కో చూద్దాం

అపసవ్యాక్షరం

నువ్వు నిజంగా నిశీధిరాజ్యాధిపతివి
నువ్వు పైశాచిక గణాధిపతివి
నీది రాక్షసగుణం
నీది పశుప్రవృత్తి
యుగయుగాలుగా నీవే రాజ్యం ఆక్రమించావు
అనాథ ఘర్మజలపానం చేస్తున్నావు
అభాగ్యుల శ్రమాబుభుక్ష కాజేస్తున్నావు
అక్షరం అంటే నీకు దడ ఎనలేని భీతి
అక్షరం అలగాజనాల చేరరాదంటావు
తరాల తరబడి నీకు సేవ చేసిన పాపానికి
అక్షరాన్ని అదుపు చెయ్యాలని
అక్షరాన్ని అంతం చెయ్యాలని చూస్తున్నావు
అక్షరం మూలకణమే కాకూడదంటావు
అక్షరబీజం గర్భంలోనే పడకూడదంటావు
అక్షరానికి జన్మించే హక్కు లేదంటావు
అక్షరాన్ని భ్రూణహత్య చెయ్యాలని చూస్తావు
అక్షరం ఆత్మలోనే అంతరించాలంటావు
అక్షరానికి నీ పాలనలో చోటు లేదంటావు
అక్షరం నీ రాజ్యంలో నడవరాదంటావు
అక్షరానికి రాజమార్గం లేదుపొమ్మంటావు
అందుకే అక్షరం మార్గాంతరాలు వెతుక్కుంది

కవితశ్రీ

అక్షరాన్ని అర్థాంతరంగా తుంచెయ్యాలని చూస్తే
అది శాఖోపశాఖలుగా విస్తరిస్తుంది
అక్షరం ఒక క్రాంతి శుభసంక్రాంతి
అక్షరం హారి స్వేచ్ఛావిహారి
అక్షరం విజయభేరి
అక్షరం సుందరహేలి ప్రళయకాళి
అక్షరానికి వెన్నుతట్టడం తెలుసు
కన్నులియ్యడం తెలుసు
గొంతుక నివ్వడం తెలుసు
అక్షరాన్ని నీవు ఏమీ చేయలేవు
అక్షరానికి ప్రభవించడమే తెలుసు
ప్రసవించడమే తెలుసు
అక్షరచరిత్రలో అస్తమించడమన్నది లేనేలేదు
అక్షర ప్రయాణాన్ని నువ్వు అడ్డుకోవాలని చూస్తే
అది అర్థాంతరాల ప్రయాణిస్తుంది
భావాంతరాల బాట పడుతుంది
అది అనర్థమే అయితే ఆ పాపం నీదే
అక్షరాన్ని నీవు అదుపు చెయ్యలేవు
అక్షరాన్ని నువ్వు సవ్యంగా నడవనీయకపోతే
అది సవ్యాపసవ్యాలుగా సవారీ చేస్తుంది
అక్షరం అప్పుడు సవ్యసాచి అవుతుంది
అక్షరం అప్పుడు అపసవ్యాక్షరం అవుతుంది

సంధి కార్యాలు

చరిత్ర అంతా సంధికార్యమయం
సవర్ణాలతో అవర్ణాలను కలపాలని
అనుబంధాల మధ్య
అపస్వరాలు దొర్లరాదని
ప్రయత్నాలు జరుగుతూనే వచ్చాయి
చరిత్ర సంధికార్యాల్లో
సమతామమతల ప్రేమించి
బడుగు మడుగుకి పరమైన ప్రతిసారి
బడుగు లోపించింది
మడుగు ఏకాదేశమై సగర్వంగా నిలిచింది
బడుగు నాగరికత పొలిమేరల్లో
ఏకదేశమై అల్లాడిపోయింది
దురదృష్టం కొద్దీ
ఈ సంధికార్యం నిత్యం
'అకారసంధి' లాంటిదీ ప్రపంచం
ఇది ముమ్మాటికీ నిజమే
ఇక్కడ నిత్యం నిషేధాలు రాజ్యమేల్తాయి
ఇక్కడన్నీ విభాషలు వైకల్పికాలే
శ్రమకు స్వేదానికి ఇక్కడ విలువలేదు
నిత్యం కాని, నిషేధం కాని
వైకల్పికమూ కాని
అన్యకార్యాలిక్కడ భేషుగ్గా చెల్లిపోతాయి

కవితశ్రీ

ఇక్కడి ప్రపంచానికి ఒక ప్రత్యేకత ఉంది
భిన్నత్వంలో ఏకత్వం
దీని వైశిష్ట్యంగా డప్పులు కొట్టుకుంటుంటుంది
అవర్ణ సవర్ణ సజాతి విజాతులిక్కడ
కలసి వెలిగిపోవడం కద్దంటుంటుంది
నిజానికిక్కడ జరిగేది ఎప్పుడూ విసంధులే
ఏకతా ప్రయత్నాలన్నీ విషమసంధులే
అయినా ఆశల పిట్టలు
ఊహల గూట్లో పొదుగుతూ
కలల పిల్లల్ని ఇడిగించి
గుండె పందిట్లో
ఊసుల సందడి చేస్తున్నాయి
సజాతి విజాతి వర్ణాల మధ్య
నిత్యమై సత్యమై
ఎప్పుడో ఓ సారి ఉత్వసంధి జరగదా? అని
దాని సూత్రం అజరామరమై నిలిచిపోదా? అని
చరిత్రపుటల్లో మానవత వెల్లివిరియదా? అని

08-09-2020

నిస్సహాయ సమయంలో

మనిషన్నాక మనసంటూ ఒకటి ఉన్నాక
ఎప్పుడో ఓ సారి అది కలుక్కుమనకపోదు
మూలరక్తాన్ని ఓ మూలకు నెట్టాల్సినప్పుడు
కన్నపేగును కాదనాల్సి వచ్చినప్పుడు
గురుత్వాన్ని గుర్రుమనాల్సి వచ్చినప్పుడు
ముసలితనానికి మూడోకాలుగా నిలవలేనప్పుడు
అమ్మతనానికి అండా ఆసరా ఇవ్వలేనప్పుడు
మనస్సు ఓ సారి కలుక్కుమనకపోదు
పట్టణవాసంలో ఇమడ్చలేక
నగరం నడిబొడ్డున నడిపించలేక
బాధ్యతలను భవబంధాలను కొంచెం సడలించి
బరువుగా బస్సెక్కించాల్సి వచ్చినప్పుడు
వల్లెయని వీడ్కోలు పలకాల్సి వచ్చినప్పుడు
వాడు భావవాదైనా
భౌతికవాదైనా
వాడు కరుణామయుడైనా
కరుడుగట్టిన సిద్ధాంతస్థాపకుడైనా
మనసు ఓ సారి కలుక్కుమనకపోదు
కన్నీరు నిండి రెప్పలు కప్పకపోదు
కార్పోరేట్ ప్రపంచ బతుకు బందిఖానాలో
ఎంత కరకుగుండె అయినా

నట్ట నడి వీధిలో
నిర్వేదంగా మిగిలి
నిస్సహాయంగా నిలిచి
పెటిల్లుమని పేలకపోదు
ఏదో ఓ మారు బావురుమని ఏడ్వకపోదు

అన్నదాత

పుడమి రొమ్ముపై
బోరు మూతి పెట్టి
పుడుకుతున్నాడు రైతు
ఆశ చావలేదు

మెట్లు ఎందుకూ
చూపు నిచ్చెనలు
రైతు వేసే ఉన్నాడుగా
నింగికి-నేలకూ!

కరగిపోయాడు
నిలువునా రైతు
నగరాల్లో
సిక్సుప్యాకై మొలిచాడు

నింగి నేలా నీరు
హలం పొలం పైరు
అదే లోకం
రైతు కింకెవరు?
ఇంత కండలేదు
పేరు అన్నదాత
మారే దెన్నటికి
రైతు తలరాత?

రైతు బాటసారి
పండితే!
ఎరువుల కొట్టు
ఎండితే
పురుగుమందులకొట్టు

సాహితీ గోదావరి

అన్నదాత నిర్వచనం

రైతు రైతు రక్తం
రైతుకూలి కూలిరైతు
స్వేదించే ప్రతిజీవి
అన్నదాత
హలం చెక్కిన
పొలం దున్నిన
చెత్త ఏరిన విత్తు విత్తిన
అన్నదాత

బరువు లెత్తి
ఎరువు తోలి
కుప్ప చిమ్మి కొండ్రవేసిన
అన్నదాత

చెమట చిందిన
కాల్వ తీసిన
పార బట్టిన నీరు గట్టిన
అన్నదాత

పైరు నాటగ
కలుపు తీయగ
కోత కోసి పంట నూర్పగ
అన్నదాత

కవితశ్రీ

నారు పోసిన
నీరు పట్టిన
పైరు తీసి నాటువేసిన
అన్నదాత
తీరు గట్టగ
నిద్ర మానగ
పంట తియ్యగ ప్రాణ మివ్వగ
అన్నదాత

కుప్ప గొట్టిన
బంతి తిప్పిన
తూరు పెత్తి మూట గట్టిన
అన్నదాత

పాది తవ్విన
మొక్క నాటిన
కాపుకాచి కాపు తెచ్చిన
అన్నదాత

పట్ట గొట్టగ
కుళ్ళ బెట్టగ
నవ్వగీకుచు నారతీయగ
అన్నదాత

సమాంతర వాక్యం

పురి తిప్పిన
పగ్గ మేసిన
మోజుతోడ మోకు పేనిన
అన్నదాత

పరక పట్టగ
పేడ ఎత్తగ
తట్టి కెత్తి దిబ్బ కెయ్యగ
అన్నదాత

బఱ్ఱ కొట్టిన
పట్టి చీల్చిన
బుట్ట లల్లి తట్టె చుట్టిన
అన్నదాత

పార పట్టిన
గునప మెత్తిన
బావి తవ్వి బతుకు నిచ్చిన
అన్నదాత

సుత్తి పట్టగ
సమ్మె టెత్తగ
బండ కొట్టి గోడ కట్టగ
అన్నదాత

అచ్చు లాగిన
బట్టి కాల్చిన
ఇల్లు కట్టగ ఇటుక నిచ్చిన
అన్నదాత

మట్టి పిసుకగ
సారె తిప్పగ
వామి కాల్చి కుండ చెయ్యగ
అన్నదాత

పిన్న పెద్దా
మహిళ మగవాడు
స్వేదించే ప్రతిజీవి
అన్నదాత

రైతు రైతు రక్తం
రైతు కూలీ కూలి రైతు
స్వేదించే ప్రతి జీవి
అన్నదాత

అమాయక అన్నదాత

కలగన్నప్పటి మాధుర్యం
అప్పిచ్చిన భరోసా
గుణింతాలు వల్లిస్తాయని
పగలే కళ్ళు మూసి
తుళ్ళిపడకుంటే
అన్నదాత అకలంకుడెలా అవుతాడు
తన ఆశల సౌధం
బోరు లోతుకు దిగేకొద్దీ
ధూళిలో పైకెగసి
పేకమేడై కూలిపోతుందని
బోరుతోటే దిగి దిగి దుమికి
అగాధ పాతాళంలో
జారి కుదబడిపోతుందని
కోణాంతరం పసిగడితే
అన్నదాత నిష్కల్మషుడెలా అవుతాడు
విత్తు వెనుక
కంపెనీ వాడి పైయెత్తు
మందు వెనుక
కొట్టువాడి కనికట్టు ఉంటుందని
ముందస్తుగా బోధపడితే
అన్నదాత అజాతశత్రుడెలా అవుతాడు

కవితశ్రీ

యాడ్ లో చూపినంత దృఢంగా పైపులుంటాయని
అంత ఫోర్స్ గా మోటర్ నీరు చిమ్ముతుందని
అది రిపేరు ఎరుగని చిరంజీవి అని
అంత పచ్చగా ఏపుగా ఎరువు పండిస్తుందని
క్షణంలో మందు పురుగుల్ని చంపేస్తుందని
బలంగా నమ్మకపోతే
అన్నదాత అమాకుడెలా అవుతాడు?

అన్నీ తెలిసిన అమాయకుడు

తన స్వేదమే అంకురించి
నగరాల్లో
ఆకాశ హర్మ్యమై
తననే వెక్కిరిస్తుందని
న్నదాతకు తెల్దా?

తన స్వేదమే ఆకృతించి
షోకేసుల్లో
స్వర్ణకాంతు లీని
తన భార్యచేతే ఛీకొట్టిస్తుందని
అన్నదాతకు తెల్దా?

తన స్వేదమే మోసులెత్తి
స్టార్ హోటల్ లో
హైదరాబాదీ బిర్యానీ యై
తన ఛాయలకూ రానీదని
అన్నదాకు తెల్దా?

తన స్వేదమే చెంగలించి
హైవేల్లో
హై ఎండై దూసుకుపోతూ
తననే హేళన చేస్తుందని
అన్నదాతకు తెల్దా?

కవితశ్రీ

తన స్వేదమే రూపుమారి
ఫ్యాషన్ షోల్లో
తళుకులీనే తారై
తననే జ్వలించేస్తుందని
అన్నదాకు తెల్దా?...?...?

అమ్మకో నూలుపోగు

నాన్న గొంగళై
నెత్తురు పీలుస్తున్నా
కడుపు తడిమి
నిశ్వాసిస్తావు
లాభమైనా నష్టమైనా
కొసరు గ్రహించి
ముడిసరుకుగా
మార్చుకుంటావు
పేగు బరువు
హర్షించి
పురిటి నరకం
పులకించి పుట్టువిస్తావు
గర్భపోషణ
అర్భకేక్షణ
సవనించి
యాగఫలం పరులకిస్తావు
అమ్మా!
అమ్మల రోజు
ఓ కవిత పడేస్తే
నీ ఋణం తీరిపోతుందా?

అసహనపు వేళ

ఇది అసహనపు వేళ ఇది అసహనపు వేళ
సహనౌషధం అసహనజాడ్యంగా మారిన వేళ
భిన్నత్వంలో ఏకత్వమనే డప్పు మూగబోయింది
సామరస్యం చంకలు గుద్దుకోవడం కాదు కదా
ఏకంగా సంకనాకిపోయింది
అతి నాజూకు ప్రార్ధనామందిరాల్లో
చెవికి శాంతీ
కంటికి కునుకూ కరువు చేస్తూ
ప్రార్ధనా గీతాలు తెగ పాడేస్తూ
లౌడుస్పీకరు రక్కసులు కష్టజీవికి
పట్టపగలే చుక్కలు చూపిస్తుంటే
అర్థరాత్రుల్లోనూ ఉక్కలు పోయిస్తుంటే
మేమేం తక్కువ తిన్నామంటూ
నట్టనడి వీధుల్లో బొజ్జ బాబులూ
నిలువెత్తు బంగారు తల్లులూ కొలువు దీరి
పోయేవాన్ని పోనీకుండా
వచ్చేటోన్ని రానీకుండా
దారి కడ్డంగా తిష్టవేసి కూచుంటే
మనసు విషం నిండిన పామై
గుండె కల్లు తాగిన కోతై
ఐకమత్యం అడుగంటిపోయింది

సమాంతర వాక్యం

సామరస్యం సంకనాకిపోయింది
ఒకడి నాటు అత్తరు ఘాటు ధాటి
పక్కవాడి ముక్కును పొక్కజేస్తుంటే
ఒకడి పాచిపళ్ళ నోటికంపు
ఎదుటివాడికి ఎలుక చచ్చిన కంపై
ఎబ్బెట్టు గొడుతుంటే
ఒకడు మెచ్చిన పా...చ్చని, ఏ...ర్రని రంగులు
ఒకడికి కళ్ళకలక తెప్పిస్తుంటే
ఒకడు కట్టిన కాషాయం
ఒకడికి కంపరమై నసాళానికి ఎక్కుతుంటే
ఐకమత్యం అడుగంటిపోయింది
సామరస్యం సంకనాకిపోయింది
గూటి పక్షులకే విశ్వాసం సడలిపోతోంది
ఈ గూడు గూడు కాదని
దిక్కులు వెదికే
దిక్కుమాలిన కాలం దాపురించింది
ఇది అసహనపు వేళ ఇది అసహనపు వేళ
సహనౌషధం అసహనజాడ్యంగా మారిన వేళ

ఒగసారి పొయిరావల్ల

పావల్ల మా పల్లితాకి ఒగసారి పొయిరావల్ల
మా ఊరికాడికి ఒగతూరి పొయిరావల్ల
నన్నుగని నాకీ రూప్మిచ్చిన
నా మూలకాల ఒడి ఉండాదాడ
కన్నులారా ఒగతూరి నన్ను జూడల్లని
స్యాతలారా ఒగపారి నా ఒల్లు తడమల్లని
ఆ తల్లి పానం తపిచ్చిపాతాంటాది
దానికి నా స్పరిశాబరోసా ఇచ్చిరావల్ల
నన్ను నన్నుగా కనుక్కున్న
ఆ మూలకణాల బీజపదాత ఉండాడాడ
మూరడు పెరిగింటాయి ఆయప్ప యాల్లకు
ఆ గోర్లు కత్తరిచ్చి రావల్ల
ఆ నెపంతో ఆ సామికి స్యావజేసి రావల్ల
మడీ! పావల్లంటే అంత సులప్మా?
అయినా పొయిరావల్ల
శెలవుల ఇరుకు సందుల్లో
ఒడుపుగా దూరి
పెండ్లాం కనుసన్నల కాపరం దాటి
పిల్లాజెల్లా మోతల బారం దాటి
లొడబుడ బడబడ అంటా పరిగిత్తే
యఱ్రబస్సు రాచ్చేసుని రవుద్దరం దాటి

గ్యాల్లో దూల్లో తైతక్కలాడ్తా దుంకే
ఆటోబసమాసురుని బడాసను దాటి
ఆమడదూరం పొయిరావల్ల మడి
నా రాకడ క్యాసరం
కాయలు గాస్తాండే
ఆ ముసిలిముర్దాపి కండ్లను
నా కన్నల్తో ఒగతూరి జూసి రావల్ల
రూంచేపు యవ్వారం జేసిరావల్ల
ఏందీ మచ్చ? అనో
ఏందీ చెత్త? అనో
పట్నమోల్ల ప్యాసన్ల సరసాలెరగని
ఆ మోటు మదతల మగాలు
ఒగసారి దొంగగానైనా తాకిరావల్ల
నీళ్ళు బోసుకునేతబ్బుడు
పయి రుద్దే నెపంతోనైనా
ఆ కస్టజీవుల కరుకు దట్టాలు
ఒగతూరి ఆప్యా...యంగా తడిమిరావల్ల
యట్లైనా ఒగపారి పొయిరావల్ల
నన్ను మోసిన నా న్యాలతల్లిని
ఒగతూరి జూసిరావల్ల
ఒగ రవ్వరేణుం రుదం తీర్చి రావల్ల

కార్పోరేటు సమిధ

బడా షాపింగ్మాల్ ద్వారబంధం చేరగానే
బానిసత్వం భళ్ళున తెరుచుకుంటుంది
సవినయంగా సంస్కారంగా నమస్కరిస్తూ
కాకపోతే ఇక్కడది యూనిఫాంలో ఉంటుంది
నిలువుగాళ్ళ మీదే స్తంభిస్తున్నా
అది కూడా ఏసీలోనే కాపురం చేస్తుంది
ఆ రాచమర్యాదలు చూసి
ప్రతి సన్నాసి చాల్తీ భుజాలెగరేస్తాడు
తానూ ఒక జమీందారులా పోజులిస్తాడు
సరుకంతా తిప్పి తిప్పి చూశాక
ట్రయల్ రూం సైతం చెమటకంపుకొట్టాక
కొనుగోలంతా కిమ్మనకుండా కానిచ్చాక
సరసం చవులెరుగని ధరలు చూసి
కళ్ళు బైర్లు కమ్ముతున్నా
ఇరుక్కుపోయానని మనసంతా కుళ్ళి చస్తున్నా
మోసపోయిన బేలతనం వెక్కిరిస్తున్నా
ముఖమంతా చావు నవ్వులు
దండిగానే పులుముకుంటాడు
అప్పుడు ప్రతి బికారీ స్వైఫ్ కైపులో ఉంటాడు
బిల్లు మాత్రం భేషుగ్గా కట్టేస్తాడు
కంపెనీవాడి కంత్రీ మాయాజాలంలో
ప్రతివాడు ప్యాషన్గా తగులుకుంటాడు

సమాంతర వాక్యం

జలగపీకుడు లాంటి కార్పోరేట్ లాభయజ్ఞంలో
ప్రతివాడు చచ్చినట్టుగా సంతోషంగా సమిధ అవుతాడు

కవితశ్రీ

భరతావని

భరతావని... అలియాస్ ఇండియా
భిన్నత్వంలో ఏకత్వం
మా ఎవర్‌గ్రీన్ ట్యాగ్‌లైన్

భరతావని వేదభూమి
ఇక్కడ శ్లోకాల్ని...
పండితులు పఠిస్తున్నారు
దెయ్యాలూ వల్లెవేస్తున్నాయి

భరతావని కర్మభూమి
ఇక్కడ నేల...
బంగారం పండుతుంది
రుధిరమూ ప్రవహిస్తుంది

భరతావని పుణ్యభూమి
ఇక్కడ పాదాల కింద పడుండి పాహిపాహి అంటుంటే
ప్రాణాలు పోస్తారు
మేమూ ఉన్నామని తలలెత్తి, గళం విప్పితే
గొంతులూ తెగ్గోస్తారు

భరతావని బుద్ధుడు పుట్టిన భూమి
ఇక్కడివాళ్ళు బోధిస్తే...
బండరాళ్ళు కరిగి నీరైపోతాయి
చిట్టి గుండెలు రగిలిపోతాయి

సమాంతర వాక్యం

భరతావని వీరభూమి
ఇక్కడివాళ్ళు వాదిస్తే...
కరకు కళ్ళు చెమ్మగిస్తాయి
బేల చూపులు నిప్పులు కక్కుతాయి

భరతావని ధర్మభూమి
ఇక్కడ నిరంతరం
నరహంతలు తీర్పులిస్తారు
భూతదయాళురు నరకబడతారు

భరతావని సత్యభూమి
ఇక్కడ నిత్యం
ఆకతాయిలు రాజ్యాలేలేస్తారు
సజ్జనులు సంకనాకిపోతారు

భరతావని జ్ఞానభూమి
ఇక్కడ ఆదినుండి
మూర్ఖులు స్పష్టతతో నరమేధం సృష్టిస్తారు
మేధావులు ద్వైదీభావంలో కొట్టుమిట్టాడుతుంటారు

భరతావని... అలియాస్ ఇండియా
భిన్నత్వంలో ఏకత్వం
మా ఎవర్గ్రీన్ ట్యాగ్లైన్

కవితశ్రీ

అక్షర హితవు

అక్షరమా నువ్వీమధ్య బతకడం నేర్చావు
బతికించడం
బాగుపరచడం ఎప్పుడో మానేశావు
పైపెచ్చు నువ్వు బతకడం కోసం
అమాయకుల్ని బలిదానం చేస్తున్నావు
తెలిసి తెలిసి సత్యాన్ని వదిలేసి
ధర్మాన్ని బతికించే పురసత్తు లేక
ఏ వేదికపైనో ఒక ఆసనం కోసం
కుక్క బిస్కెట్టు లాంటి
అవార్డులు రివార్డుల కోసం
పదవుల కోసం
అక్కసుతోనో అక్కసిరక్కసితోనో
అభినవ సామ్రాట్టుల సంక నాకుతున్నావు
హృదయం లేని జనాల చప్పట్ల కోసం
వాడిన పూలదండా చింపిరి శాలువా కోసం
మెరమెచ్చుల కోసం
ఒక సత్యంగా నువ్వు చచ్చిపోతున్నావు
నీ జ్ఞానేత్రం నువ్వే చిదిమేసుకుంటూ
అజ్ఞానాన్ని పెంచిపోషిస్తున్నావు
మౌఢ్యాన్ని ఆదరిస్తూ
శాస్త్రాన్ని మాదరిస్తున్నావు
లోకాన్ని చీకటితో కూరేస్తున్నావు
అభాగ్యులు అన్నార్తుల పక్షపాతం వదిలేసి

అన్యాయం పంచన చేరుతున్నావు
కన్ను పొడిచినా కానరాని అంధయుగాల్లో
అందీ అందని విజ్ఞాన అజ్ఞానంలో
నింగీ–నేలా నీరూ–నిప్పూ–గాలీ
కలసికట్టుగా విడివిడిగా
నింపుకున్న జీవరహస్యాలు
అంతుబట్టని మానవమాత్రుడు
తిరగే వస్తువు హుమ్మనడం ప్రకృతిధర్మం
అని ఎరుగక
ఆ హుమ్మింగునే ప్రణవమ్మన్నాడు
సూర్యరశ్మిలోని సృష్టి శక్తికి
అబ్బురపడి
గుండెలోని గోడేదో వెళ్ళబుచ్చుతూ
ఏవేవో పేర్లతో
చొప్పదంటు తత్వభాష్యాలతో
మంత్రరాజమ్మని ఆమంత్రిస్తూ
బహునామీ్నకరణం గందరగోళం ఏదో చేస్తే
నువ్వింకా వాన్నే పట్టుకు వెళ్ళాడుతున్నావు
తానే ఘనుడని మోకరిల్లుతున్నావు
నీ గ్రుగ్గుడ్డి అంధత్వానికి జోహార్లు
తనకీ నేటి శాస్త్రవేత్తకీ పోలిక ఎక్కడ?
కొండొకచో... కాదు కాదు
ఎన్నోచోట్ల నువ్వెదగకనే
కక్కుర్తి పడుతూ కాపురిస్తూ
అగర్భిస్తూ అఘోరిస్తున్నావు

ఫాల్స్ పెయిన్సునే
పురుటినొప్పులుగా పొరబడి
వేసుకపోయిన శవాన్ని నీళ్లాడి
పుష్టి గల్గిన కావ్యశిశువుగా భ్రమించి
వేదికలెక్కేసి
పత్రికలూ పొత్తాల్లో దూరేసి
నీ అజ్ఞానాన్ని కక్కి అబాసుపాలవుతున్నావు
తస్మాదక్షరమా! మేలుకో

02-09-2019

వెలిగిపోతున్న దేశం

దేశమంతా నేడు వెలిగిపోతున్నది
జాతి మొత్తం మెరిసిపోతున్నది
కాగితాల మీద కనికట్టు చేస్తున్న విత్తం
కార్పోరేటు పేటెంట్లలో గొడ్డుపోతున్న విత్తనం
టెండర్ల వేళ్ళసందుల్లో కారిపోతున్న సాగునీరు
దళారుల చేతివాటపువ్యాధి సోకిన ధరలు
సవాలక్ష సవాళ్ళ మధ్య సంకనాకుతున్న సేద్యం
వేపకొమ్మలకు ఊయలూగుతున్న రైతులు
పెస్టిసైళ్ళని ప్రేమిస్తున్న అన్నదాతలు
కరెంటు స్తంభాలను కావిలిస్తున్న కౌలుదార్లు
గోతుల్లో కూరుకుపోతున్న చేతి వృత్తులు
అబ్బో దేశమంతా నేడు వెలిగిపోతున్నది
చూస్తుంటే జాతి మొత్తం మెరిసిపోతున్నది
నానాటికీ దివాలా తీస్తున్న కంపెనీలు
ఖైదుల్లో ఊచలు లెక్కిస్తున్న కార్పోరేటధీశులు
బ్యాంకుల గోడలకు కన్నాలు వేసి
విదేశీ రిసార్టుల్లో
చేతుల్లో బీరు బాటిళ్ళతో
చెంతల్లో చారు బ్యూటీలతో
సేదతీరుతున్న బడా బాబులు
అగ్రరాజ్యం ఆకాంక్షల్లో కన్నం పడ్డ ఖజానా

ప్రమాదం కోరల్లో పచ్చదనం, పడచుదనం
గాలివ్యాపార కేంద్రమైన రాజధాని
మూడు మతోన్మాద మారణహోమాలు
ఆరు కులోన్మాద పైచాచిక పర్వాల తోటి
ఓట్లను అమ్మేవాళ్ళూ కొనేవాళ్ళ తోటి
ఓట్ల పండుగలో కొమ్ములు వచ్చిన వాళ్లతోటి
కిటకిటలాడుతూ సందడి సందడిగా
సందులో సడేమియాగా
అబ్బో దేశమంతా నేడు వెలిగిపోతున్నది
చూస్తుంటే జాతి మొత్తం మెరిసిపోతున్నది

కవిమిత్ర పరామర్శ

ఓ కవీ నువ్వు మారిపోతున్నావు
మిత్రధర్మం మరిచిపోయినట్టున్నావు
శత్రువు చతుర్విధోపాయాలు సంధిస్తే
వాడి చేతిలో ఏమారిపోతున్నావు
అభ్యుదయవాంఛలు వదిలేస్తున్నావు
ప్రగతిశీలం ప్రజాతంత్రం కాదనుకుంటున్నావు
సత్యప్రవచనం చేసి మనలేక
సగంకాళ్లు విరిగిన ఆశలతో
ఎగిరిపోతున్నానని
సగం చేయి విరిగిన చూపులతో
పిలిచి చస్తున్నానని
ఏవేవో అనర్థభావనాప్రపంచాల్లోకి
పలాయనం చేస్తూ పారిపోతున్నావు
నిజానికి సాక్షిగా నిలబడలేక
అన్యాపదేశాలకు ఉడాయిస్తున్నావు
న్యాయానికి అండగా నిలవలేక
అన్యాయాన్ని ఎదిరించి గెలవలేక
శిల్పం చీకట్లమాటున దాక్కుంటున్నావు
పైగా నేను జక్కననంటూ
అభినవ తిక్కనంటూ
చంకలు గుద్దుకుంటున్నావు
నీకు పోషణ కరువై చేయూత కోసమై
ఏవో జన్యుసంబంధాలను నెమరువేస్తూ
అనురాగబంధాలను తడుముతూ
ఉద్వేగిస్తూ ఉద్రేకిస్తూ

ఎర్రిబాగుల కళ్ళను తడిపేస్తూ
ఇదే కవిత్వమని కనికట్టుగడుతూ
కవిదిగ్గజంగా చలామణి ఐపోతున్నావు
వాడి వేలు తీసి
వాడి కన్నే పొడవాలనుకున్నాయో
యాడ్వాయనాలకై మొహాలు వాచిపోయాయో
అడ్వర్టైజ్మెంట్లకై అర్రులు చాస్తున్నాయో
అస్తిత్వానికై హడలిపోతున్నాయో
సామ్యవాదాక్షరశాలలు సైతం
వస్తుదారిద్ర్యానికి పట్టంగడుతూ
భావాభావభాగ్యాలను అనుభోగిస్తూ
ఉడుకు దులుపుకుంటుంటే
నీకు అండగా నిలబడ్డం మానేస్తుంటే
మెరమెచ్చుల సాహిత్య సృష్టికై
ఉడతాబత్తీ సహకరిస్తుంటే
పాలుపోక గుక్కతిప్పుకోలేక
నిస్సహాయుడివై
అధైర్యపడుతున్నట్టున్నావు
ఐనా కుంగిపోకు నేస్తం అంతగా లొంగిపోకు
నరకాన బడి నలిగిపోతున్నా
స్వర్గంలోకూచొని సుఖిస్తున్నా
నీదెప్పుడు ప్రతిపక్షమేనన్న
ప్రాథమికం మూలసూత్రం మరచిపోకు

09-012020

కార్పోరేటు అరణ్యాయణం

బతుకు కార్పోరేటు అరణ్యాయణం
బాబూ! జర జాగ్రత్త!
అంతటా అసురమాయ
దారంతా కమ్మేసింది
అడుక్కో రంగులగొడుగు పాతుకొని
అంటగట్టుడు అసురులున్నారు
మాయావి కార్పోరేట్లున్నారు
చేతులు సాచి నిన్ను ప్రలోభిస్తుంటారు
జీరో ఇంట్రెస్ట్
నో డవున్ పేమెంట్
నోకాస్ట్ ఈయెమ్మై
ఒక్కరూపాయి చెల్లించండి
టీవీ పట్టుకెళ్ళండి
ఖాళీ చేతుల్తో రండి
కారు డ్రైవు చేసుకుంటూ
ఇంటికెళ్ళండి అంటూ ఎన్నో ఆమంత్రిస్తారు
లచ్చలు పోగేయొచ్చని
నోరూరకుండా చూస్కో
ఈయెమ్మై ఊబిలో ఇరుక్కుపోతావు
మేడలు కట్టేయొచ్చని
అపోహలు పోకుండా ఆగు
అప్పుల సుడిగుండంలో కొట్టుకుపోతావు

కోట్లకు పడగలెత్తొచ్చని
మనసు జారకుండా కాస్కో
ప్రలోభాల పాతాళంలో పడిపోతావు
వాడికి కంపెనీ భారమైపోయింది
దివాలా దశ ఎప్పుడో దాటేసింది
వాడు అప్పులు పుట్టక హడలిపోతున్నాడు
వడ్డీలు కట్టలేక వడలిపోతున్నాడు
జీతాలివ్వలేక వణికిపోతున్నాడు
బెయిలౌట్ లేక బెంబేలెత్తిపోతున్నాడు
గిట్టుబాటు లేకున్నా నష్టాల్తో చస్తున్నా
రొటేషన్లతో ఎలాగో నెట్టుకొస్తున్నాడు
కానీ వాడి దర్జాలకేమీ కొదవలేదు
వాడు విలాసాల వింత బానిస
సామాన్యుడి వాటాల సొమ్ముతో
వాడు ఏసీకార్లలో ఊరేగుతుంటాడు
స్టారుహూటల్లలో సరసాలాడుతుంటాడు
ఇప్పుడు నీ నెత్తిపై చేయి పెట్టడం తప్ప
వాడి సరుకు నీకు అంటగట్టడం తప్ప
వాడికి వేరే గత్యంతరం లేదు
వాడి మాయలో పడి ఖరీదించావో
నీ కర్మ కాలినట్టే
వాడి పంట పండినట్టే
వాడు నీకు ఈయెమ్మెస్త్రా వేస్తాడు
నీ రక్తం చప్పున పీల్చేస్తాడు
చివరికి నిన్నే స్ట్రాగా మార్చుకుని

సమాంతర వాక్యం

నీ అయినవాళ్ళు మిత్రుల
పణపానీయం అలాగ్గా లాగేస్తాడు
ఇక నువ్వు కంతులు కట్టలేవు
చేతులు రెండూ ఎత్తేస్తావు
ఒకానొక శుభవేళ
కార్పోరేటు కంతురీగ్యాంగ్
నీ ఇంటి ముందు ప్రత్యక్షమవుతుంది
నిన్ను గజనేరగాణ్ణి చేసేస్తుంది
నీ కారు ట్రాక్టరు సీజై ఉడాయిస్తాయి
పరువుకు పరువూ పోయె
కారూ ట్రాక్టరూ పోయె
ఇదివరకూ కట్టిన కంతు డబ్బు
రెండు లక్షలూ పోయె
ఇక నీకు మిగిలింది చివరాఖరంకం
నీ ఇంటిముందు క్యూలో అప్పులవాళ్ళు
నీ మొహం నిండా దైన్యం
నీ చేతిలో పాతచీర, పడక గదిలో ఫ్యాను
ఆప్యాయంగా నిన్ను ఆహ్వానిస్తుంటాయి
అందుకే బాబూ! జర జాగ్రత్త!
బతుకు కార్పోరేటు అరణ్యాయణం

కవితశ్రీ

ఎక్స్‌ప్లాయ్టేషన్ థియరీ

అందలం ఎక్కేది ప్రతిభ
ఊరేగేది ప్రతిభే
పట్టం కట్టేదీ ప్రతిభకే
అధికారం అందుకునేది
అనుభవించేదీ ప్రతిభే
అసలు ఆకలి గనేది
ఆరగించేదీ ప్రతిభే
అప్రతిభకు ఏదీ అచ్చిరాదు
స్వేదించడం తప్ప ఏ హక్కూ లేదు
'ఆకలి' అనడానిక్కూడా వీల్లేదు
ఇది ఓనమాల సాక్షిగా
శరీరం అణువణువునా
రక్తంలో ఇంకిపోయిన
పెత్తందారీ ప్రతిపాదిత శాస్త్రం
శాసనం
ప్రకృతికన్యను చెరిచేసి
పుడమితల్లిని తార్చేసి
వందల మందిని తొక్కేసి
వేలమంది స్వేదాన్నిదోచేసి
ఒకడు కుప్పలెక్కడం
అపరాధం కాదు
అది ప్రతిభ

సమాంతర వాక్యం

ఇది బూర్జువా ప్రతిష్ఠిత న్యాయం
అక్షరాన్ని అమ్ముకోవడం
అందాన్ని విక్రయించడం
ఆడతనాన్ని సొమ్ముచేసుకోవడం
నైపుణ్యాన్ని నగదుచేసుకోవడం
లక్షలు కోట్లమందిని కొల్లగొట్టి
ఒక్కడు కోట్లకు పడగలెత్తిడం
నేరం కానేకాదు
అచ్చంగా అది ప్రతిభ
ఇది కార్పోరేటు సంస్థాపిత సిద్ధాంతం
దోపిడించడం – ప్రతిభ
కొల్లగొట్టడం – అదృష్టం
ఆరగించడం – పెట్టిపుట్టడం
అనుభవించడం – సంచితపుణ్యం
శ్రమించడం స్వేదించడం – అప్రతిభ
అందరికీ అన్నం పెట్టి
ఖాళీ డొక్కల్తో మిగలడం
ఆకలితో అలమటించడం – దురదృష్టం
కష్టార్జితమంతా దుష్టుల కైంకర్యం గావించి
వట్టి చేతుల్తో మిగలడం
సంచిత కర్మ
జన్మజన్మలపాపం
అలాగని సోదరా
ప్రతిభను ఏమాత్రం నమ్ముకోకు
నిరాశలో కూరుకుపోతావు

అందలమెక్కాలని అర్రులు చాచకు
హత్యకో
ఆత్మహత్యకో గురవుతావు
ఎందుకంటే
నీ ప్రతిభకొక అభిజాత్యం కావాలి
నీ పేరు చివర
ఒక బలమైన తోక ఉండాలి
ఉన్మాదోద్భవమైన వారసత్వం ఒకటుండాలి
ఇవి అక్షరం తమ గాటి ఆవుగా
ప్రతిభ తమ గుత్తసొత్తుగా
భావించిన నాటి సిద్ధాంతాలు
ఇదీ మన చరిత్ర
ఇదీ మన సంస్కృతి
ఇదీ మన తండ్రులందించిన వారసత్వం
ఇదీ మన తాతలు సంస్థాపించిన శాస్త్రం
ఇదే మనువాదం
అంటే దోపిడీ సిద్ధాంతం
ఇదే ఆర్షధర్మం
అలియాస్ ఎక్స్ ప్లాయ్టేషన్ థియరీ

23-01-2020

మా పల్లెటూరు

ఇప్పటికీ అర్థం కాదు మా ఊరు
మాది చాలా మారుమూల పల్లెటూరు
అప్పట్లో మా ఊర్లో అన్నీ విచిత్రాలే
ఊర్లో పిల్లకాయలుండేవాళ్ళు కాదు
పుర్రోడు కర్రోడు యర్రోడు ఉండేవాళ్ళు
మా ఊర్లో పెద్దోళ్ళకి పేర్లుండేవి కావు
ఒరే ...డోడా! ఒరే ...కోడా! ఇలా పిల్చేవాళ్ళు
మా ఊర్లో వేరే కులస్థులూ
పరాయివాళ్ళూ ఉండేవాళ్ళు కాదు
వావి వరసల్తో
ఊరంతా బంధువులే ఉండేవాళ్ళు
మా ఊరిలో మల్లెపూలుండేవి
బండరాళ్ళుండేవి
మా ఊర్లో మగమహారాజులు
మన ఇంట్లో మాంసంకూర కన్నా
పక్కింటి పుల్లగూర బాగుంటుందనేవాళ్ళు
ఊరి రెడ్డిసాని పంచలో దీగూడు ఉండేది
అందులో ఒక పాత చెంబు కనపడేది
మా ఊళ్ళో సంగటి మీద
కడికడికీ కులం అంటుకుని ఉండేది
అది ఎలానో గాని
కడిపెట్టే ఆడతనం మీదా

కవుసుకూర మీదా మాత్రం ఉండేది కాదు
ఊరిలో కొన్ని గంగిగోవులుండేవి
కయ్యానికి కాలుదువ్వే పోట్లగిత్తలుండేవి
వెన్నుపోటు పొడిచే పశువులుండేవి
సలంపట్టిన పాములుండేవి
కరవలేని పూడుబాములు ఉండేవి
గంగమ్మకు తీసిన వేటపోతులుండేవి
కొన్ని బావిలో కప్పలుండేవి
గొర్రెలుండేవి
గొర్రెల మింగే కొండచిలువలుండేవి
గోరుచుట్టు మీద పడే రోకటిపోట్లుండేవి
చచ్చిన పాములుండేవి
పుట్టలో వేలు పెట్టినా కుట్టని చీమలుండేవి
నున్నని కొండలుండేవి
ఎండమావులు ఉండేవి
గడ్డివాముల కాడ కాపలా కుక్కలుండేవి
కొన్ని మెత్తని పులులుండేవి
కొన్ని మేకవన్నె పులులుండేవి
చాపకింద పారే అలవాటున్న నీరుండేది
పుండు పొడుచుకుతినే కాకులుండేవి
ఒళ్ళు బరువెక్కిన ఊరబందులుండేవి
గాలికి కొట్టుకుపోయే పీనుగలుండేవి
జిత్తులమారి నక్కలుండేవి
ఎన్ని అఘాయిత్యాలు ఎదురైనా
ఒదుపుగా గూళ్ళు అల్లుకునే జీనుగలుండేవి

ఊరినిండా గోడలు దాటే ఆంబోతులుండేవి
వడ్డీలకు చక్రాలుండేవి
కాటాలకు వెనక అదిమిపట్టే కాళ్ళుండేవి
పొలాల పట్టాలకు రెక్కలుండేవి
గోడలకు చెవులుండేవి
గోడమీద కూచొని పిల్లులుండేవి
పక్కల్లో నల్లులుండేవి
ఊరిపక్క కుంటలో జలగలుండేవి
ఊరి వెనక గుంటనక్కలు పొంచి ఉండేవి
భోజనాల దగ్గర కాచుకుని కుక్కలుండేవి
తగవులాడుకునే పిల్లులుండేవి
తగవులు తీరుస్తూ
రొట్టె మొత్తం కాజేసే కోతిబావలుండేవి
శని పట్టినట్టు పట్టే అదృష్టాలుండేవి
గొంటుతనం ఉండేది దంటతనముండేది
మిడిమేలం ఉండేది అంటువ్యాధులుండేవి
పక్షపాతపు రోగాలుండేవి
దొంతరలు ఉండేవి
నిచ్చెనమెట్లు ఉండేవి
నిరాశలుండేవి నిస్పృహలుండేవి
పొద్దుగూకుళ్ళుండేవి
బతుకంతా కమ్ముకునే కారుచీకట్లుండేవి
తప్పకుండా పొద్దుపొడుస్తుందంటూ
మేల్కొలుపులు కూసే కొన్ని కోళ్ళుండేవి
అప్పుడప్పుడూ అడవిజీవులు

ఊర్లోకి చొచ్చుకొచ్చి ఏమేమో ఆక్రోశించేవి
ఏవేవో పాటలు ఉధృతంగా పాడి వెళ్లిపోయేవి
వీటన్నింటి మధ్యా మా ఊరు
ఎండనకా వాననకా
శెనగచెట్లలో గడ్డి తవ్వి
వరినాట్లేసి కలుపులు తీసి
బావులు తవ్వి కాల్వలు తీసి
కొండదళ్ళలో బండలు కొట్టి
పగలంతా చెమటై దిగ్గారిపొయ్యేది
ఊరు ఒళ్ళంతా పచ్చిపుండై గూటికి చేరి
పండువెన్నెల్లో ఆటపాటల మందు రాసుకునేది
సంగటిముద్దా చింతగుజ్జూ దొరికితే
పంచభక్ష్యపరమాన్నంగా మురిసిపొయ్యేది
ఆవురావురని నమిలిమింగేసేది
పైవేడిమై తట్టుకోలేక అల్లాడిపొయ్యేది
వెన్నెలకోసం పరితపించేది
సందమామ కనిపిస్తే
చల్లని వెన్నెట్లో ఒళ్ళంతా ఆరబెట్టుకునేది
వెన్నెట్లో మా ఊరు పూనకమయ్యేది
సుసుక్కయ్యేది సూరేబండయ్యేది
జక్కీకయ్యేది చెక్కభజనయ్యేది
ఊసరవిల్లులు రంగులు మార్చినప్పుడు
మాదిగ గంగన్న మహాభారతం అయ్యేది
కాలనాగులు పొంచి కాటేసినప్పుడు
నాన్న చెప్పే కర్ణుడి కవచకుండలాల కథయ్యేది

చుట్టమొచ్చాడు జాగ్రత్త

చుట్టమొచ్చాడు జాగ్రత్త
మా ఇంటి కొస్తే ఏం తెస్తావ్
మీ ఇంటికొస్తే ఏం పెడతావ్
రకం వాడు
గుంటనక్కల్ని కలుపుకొచ్చాడు
రాబందుల్ని వెంటేసుకొచ్చాడు
వాడు మహామాంత్రికుడు
నీకు తెలియకుండానే
నీ రక్తం పీల్చే జలగ
పిల్లల్ని పొదిగిట పొదువుకొని
పొంచి ఎగసి తందామంటే
వాడు తన్నుకుపోయే గద్ద కాదు
పెంపుడు పిల్లిలా నటించి
కిమ్మల్లో కాజేసే బావురుబిల్లి
దొంగజపం చేస్తూ
కొలనులోని చేపలన్నిటినీ కైంకర్యంచేసే కొంగ
చెట్టునీడలో సేదతీరుతూ
గువ్వలేని తడవు చూసి
గూటిలోని గుడ్లన్నీ బొక్కలాడే పాము
చంటిబిడ్డని చంకనబెట్టుకుని
తల్లి చూడని సమయంలో

కవితశ్రీ

తొడబెల్లం బెట్టి
ఏడిపించి తుళ్ళిపడే శాడిస్టు బాపతు
వాడు మాయలమారి హిప్నాటిస్టు
క్షణాల్లో తిమ్మిని బమ్మిని చెయ్యగల్డు
నీ అందాన్ని కురూపంగా రుజువుచేస్తాడు
నీ దార్ఢ్యాన్ని మొండివ్యాధిగా నిరూపిస్తాడు
నీ వేలితో నీ కన్నే పొడిపిస్తాడు
నువ్వున్న కొమ్మ నీ చేతే నరికిస్తాడు
నీ పంటచేలో సబ్సిడీలను కొట్టించి
వాడి పెరట్లో నాటుకుంటాడు
నీ పరిశ్రమలో ప్రోత్సాహకాలను కాజేసి
వాడి గాజుకుండీలో ఉంచుకుంటాడు
నీ సరుకుపై రాయితీలను తీయించి
వాడి కంపెనీలో కుక్కుకుంటాడు
నీ చేతే నీ పిల్లాజెల్లా కడుపుకొట్టించి
వాడు పండుగ జేసుకుంటాడు
అందువల్ల నాయనలారా జాగ్రత్త! జాగ్రత్త

(ఒకానొక అగ్రరాజ్య ప్రముఖుడు పర్యటించిన సందర్భంగా)

పాలుపోని అనిశ్చితి

చరిత్రకు ఉచితానుచితాల్లేవు
తెలిసింది ముందుకు దూకడమే
తనకు సవ్యాపసవ్యాలు తెలవ్వు
ఆకలి ఆడించినట్లు క్రేళ్ళురకడమే
"ఇలా జరుగుంటే..."
"ఇలా జరక్కుంటే..."
పదాలకి ఇందులో తావేలేదు
ఏదైతేనేం ఫలితం ఒక కలగూరగంప
ఒక ఒరలో రెండు కత్తులు
ఒక అరలో రెండు కాపురాలు
పేరు గొప్ప ఊరు దిబ్బ
పైన పటారం లోన లొటారం
భజాయింపులకే గాని
ఎన్నడూ ఒక భరోసా లేదు
దశాబ్దాల దోస్తీలో
శతాబ్దాల సాహచర్యంలో
ఎన్నడూ ఒక నిండుదనం లేదు
ఒక నమ్మకం లేదు
తృప్తిగా కుడిచింది లేదు
కంటికి కునుకు లేదు
ఎప్పుడూ పక్కలో బల్లెమున్న ఉలికిపాటు
ఒక సామీప్యం లేదు

కవితశ్రీ

ఒక సాన్నిహిత్యం లేదు
సహనం అసలే లేదు
అంతా అనుమానాల బతుకు
అంతా అపనమ్మకాల కాపురం
అన్నీ చావు నవ్వులే
ఇప్పుడు తెగుతున్న తలల్లేవు
పారుతున్న రక్తపుటేరుల్లేవు
ఐనా యుద్ధం ముగిసిన దాఖలాల్లేవు
పడరాని అడుగు పడ్డనాటి నుండి
ఒక అపనమ్మకం ఏదో
చరిత్ర గుండా పారి వస్తున్నది
ఒక అవిశ్వాసం ఏదో
రక్తం గుండా ప్రవహిస్తున్నది
ఒక విద్వేషం ఏదో
గుండెల్లో గూడు కట్టుకున్నది
గూడు గువ్వని నమ్మడం లేదు
గూటిని గువ్వ విశ్వసించడం లేదు
"కొచెం కృతజ్ఞత ఉండొద్దా?" గూడు ఆడిపోస్తుంది
"కొంచెం భరోసా ఇయ్యొద్దా?" గువ్వ ఆక్రోశిస్తుంది
ఎవరి వాదంలో వారిదే శుక్రనీతి
ఒకటి అస్తిత్వ పోరాటం
ఒకటి ఆత్మప్రత్యయం
అవిశ్వాసం అసహనం విద్వేషాలతో
హృదయభాగం కదనరంగమైంది
మరుభూమిగా మారిపోయింది

ఎన్ని గాయాలు? ఎన్ని యుగాలు?
ఎంత రక్తం? ఎన్నెన్ని శవాలు?
విజాతి భ్రమతో సజాతినరమేధం
ఇక ఈ చెట్టేమైపోతుందో!...?
ఈ గాయాలు ఎన్నడు మానాయో!...?
ఈ కొమ్మలు? ఈ గూళ్ళు? ఈ గువ్వలు?
అంతా ఒక ప్రశ్నార్థకం
ఈ కార్చిచ్చు ఎన్నటికారిపోతుందో!...
ఈ అనిశ్చితి ఎప్పటికి తొలగిపోతుందో!...?

01-03-2020

వైపరీత్యకాండ

దేహభక్తి అంతా తమకే కద్దని
పుష్టికల్గిన శరీరభాగాల్ని
పట్టి నిట్టనిలువునా చీల్చేస్తామని
నూతిపుళ్ళ గాత్రాంగవ్యాఘ్రాలు
వికృతంగా నోళ్ళు తెరిచి
ఆధిపత్యపు బండరాళ్లకేసి
అసహనదంష్ట్రాస్త్రాలు నూరుతున్నాయి
ఓషధుల బారినుండి
తమ పంచప్రాణాలు ఒడ్డైనా
దేహదార్ఢ్యం కాపాడుకుంటామని
నీసులోడుతున్న రాచపుళ్ళసింహాలు
విద్వేషపు శిఖరాగ్రాలధిరోహించి
బీభత్సంగా హుంకరిస్తున్నాయి
క్రిమికీటకసంహారుల పీడల నుండి
పంటపొలాల్ని ఉద్ధరించేస్తామని
బంకపేళ్ళు పడ్డ పెత్తందారీ చీడపీడలు
విధ్వంసపు మూతులు సాచి
దాష్టీకపు ప్రతిజ్ఞలు చేసేస్తున్నాయి
ఒకపక్క
శాకాహార సూత్రాలు వల్లెవేస్తూ
అహింసా సల్లేఖనాలాచరిస్తూ

సమాంతర వాక్యం

దుడ్డుకర్రల్ని భుజాలపై ఎత్తి
జబ్బలు చరిచే గోరక్షక వక్రనక్రాలు
ఒకవంక
కుహనా భక్త్యున్మాద తత్వగీతాలాలపిస్తూ
నవరంధ్రాలన్నీ అదిమిపడుతూ
యోగనిద్రలో మునిగి
కన్నీరుగార్చే కావిరంగు గోమాయువులు
మరోవైపు
కులవర్ణమతాల రంగుడబ్బాలు చేతబట్టి
చెంపలపై ముప్పెన్నెలలది
వీధులంటా స్వైరిస్తూ
వసంతాలాడే రాష్ట్రప్రేమిక గుంటనక్కలు
ఎక్కడ చూసినా సందడి చేస్తున్నాయి
ఇప్పుడు
వికృతం సంప్రదాయ ఓణీలు ధరించి
ఒయ్యారాలు పోతూ నడుస్తోంది
ఎటు చూసినా
చల్ల...గ రగిలే దహనకాండలే
హో...యిగ జరిగే దమనకాండలే
స్వచ్ఛశ్వేత కలహంసల్ని
నల్లకాకులుగా నిరూపించగల
వాట్సప్ విశ్వవిద్యాలయ విద్యార్థులు
పరిశోధక ప్రకాండులు నేడు దాపురించారు
నూతిపుళ్ళను వేలెత్తి చూపితే
నుదుటిపై విద్రోహిగా ముద్రపడుతోంది

రాచకురుపుల్ని మాన్ప జూస్తే
ఏకంగా దేహద్రోహనేరమే అంటుకుంటోంది
వాస్తవానికి దేశదేహాయణంలో
ఇప్పుడు నడుస్తున్నది వికృతకాండ
న్యాయాన్ని అన్యాయంగా
ధర్మాన్ని అధర్మంగా
సత్యాన్ని అసత్యంగా చూపే వైపరీత్యకాండ

21-01-2020

డా. దేరంగుల శ్రీనివాసులు

కలం పేరు : కవితశ్రీ

జన్మస్థలం : సున్నంపల్లెవారిపల్లె (అమ్మమ్మవాళ్ళ ఊరు) తనకల్లు మండలం, అనంతపురం జిల్లా

స్వగ్రామం : బుద్దలవారిపల్లె, కాలువపల్లె గ్రామం, మొలకలచెరువు మండలం, చిత్తూరు జిల్లా

తల్లిదండ్రులు : శ్రీమతి దేరంగుల ఉత్తమ్మ & శ్రీ దేరంగుల రామచంద్ర

సహచరి : కవిత

బిడ్డలు : సాహితీ రాణి, శివాని రాజ్

సంప్రదించడానికి:

డా. డి. శ్రీనివాసులు, ఎం.ఏ., పిహెచ్.డి.

తెలుగు అధ్యాపకులు,

కవితశ్రీ నిలయం,

ఇం.సం : 17-465-డి-6-1,

వివేకానందనగర్,

మదనపల్లె, చిత్తూరు జిల్లా - 517325

చ.వా : 9494696990

e-mail : kavithasree79@gmail.com

KASTURI VIJAYAM

00-91 95150 54998

KASTURIVIJAYAM@GMAIL.COM

SUPPORTS

- PUBLISH YOUR BOOK AS YOUR OWN PUBLISHER.
- PAPERBACK & E-BOOK SELF-PUBLISHING
- SUPPORT PRINT ON-DEMAND.
- YOUR PRINTED BOOKS AVAILABLE AROUND THE WORLD.
- EASY TO MANAGE YOUR BOOK'S LOGISTICS AND TRACK YOUR REPORTING.

VICTORY OF KASTURI

www.ingramcontent.com/pod-product-compliance
Lightning Source LLC
LaVergne TN
LVHW030322070526
838199LV00069B/6532